வெல்கம் டு மில்லெனியம்

வெல்கம் டு மில்லெனியம்

அரவிந்தன் (பி. 1964)

இதழாளர், எழுத்தாளர், மொழிபெயர்ப்பாளர்.

இதழியல் துறையில் 32 ஆண்டுக் கால அனுபவம் கொண்டவர். இந்தியா டுடே, காலச்சுவடு, சென்னை நம்ம சென்னை, நம் தோழி, தி இந்து தமிழ், டைம்ஸ் ஆஃப் இந்தியா ஆகிய இதழ்களில் பணியாற்றியுள்ளார். தற்போது காலச்சுவடு பதிப்பகத்தின் பதிப்பாசிரியராகப் பணியாற்றி வருகிறார்.

இலக்கியம், தத்துவம், பெண் உரிமை, அரசியல், மொழி, திரைப்படம், கிரிக்கெட் ஆகியவை குறித்த கட்டுரைகளை எழுதிவருகிறார்.

சிறுகதைகள், நாவல், இலக்கிய விமர்சனக் கட்டுரைகள், அரசியல் விமர்சனம், மொழிபெயர்ப்பு, மகாபாரதச் சுருக்கம், திரைப்படம், கிரிக்கெட் குறித்த கட்டுரைகள் என இதுவரை 24 நூல்கள் வெளியாகி யுள்ளன.

பால சரஸ்வதி மொழியாக்க நூலுக்கு 'கனடா இலக்கியத் தோட்டம்' வழங்கும் சிறந்த மொழிபெயர்ப்பு நூலுக்கான விருதைப் (2017) பெற்றிருக்கிறார்.

அரவிந்தன்

வெல்கம் டு மில்லெனியம்

காலச்சுவடு பதிப்பகம்

அன்பார்ந்த வாசகருக்கு,

வணக்கம்.

காலச்சுவடு நூலை வாங்கியமைக்கு நன்றி.

நூலின் உள்ளடக்கம், உருவாக்கம், அட்டைப்படம் இன்ன பிற அம்சங்கள் பற்றிய உங்கள் கருத்துகளையும் ஆலோசனைகளையும் காலச்சுவடு வரவேற்கிறது. தகவல், எழுத்து, வாக்கியப் பிழைகள் தென்பட்டால் கட்டாயம் தெரிவித்து உதவுங்கள். நூல் தயாரிப்பில் கடும் குறைபாடு இருப்பின் மாற்றுப் பிரதி உங்களுக்குக் கிடைக்கக் காலச்சுவடு ஏற்பாடு செய்யும்.

மின்னஞ்சல்: publisher@kalachuvadu.com

காலச்சுவடு நாகர்கோயில் அலுவலகத்திற்குக் கடிதம் அனுப்பலாம்.

தங்கள்
எஸ்.ஆர். சுந்தரம் (கண்ணன்)
பதிப்பாளர் – நிர்வாக இயக்குநர்

வெல்கம் டு மில்லெனியம் ♦ சிறுகதைகள் ♦ ஆசிரியர்: அரவிந்தன் ♦ © D.I. அரவிந்தன் ♦ முதல் பதிப்பு: நவம்பர் 2023, இரண்டாம் பதிப்பு: மே 2024 ♦ வெளியீடு: காலச்சுவடு பப்ளிகேஷன்ஸ் (பி) லிட்., 669 கே.பி. சாலை, நாகர்கோவில் 629001

velkam Tu milleniyam ♦ Short Stories ♦ Author: Aravindan ♦ © D.I. Aravindan ♦ Language: Tamil ♦ First Edition: November 2023, Second Edition: May 2024 ♦ Size: Demy 1 x 8 ♦ Paper: 18.6 kg maplitho ♦ Pages: 144

Published by Kalachuvadu Publications Pvt. Ltd., 669, K.P. Road, Nagercoil 629001, India ♦ Phone: 91-4652-278525 ♦ e-mail: publications @kalachuvadu.com ♦ Printed at Clicto Print, Jaleel Towers, 42 KB Dasan Road, Teynampet Chennai 600018

ISBN: 978-81-19034-32-1

05/2024/S.No.1234, kcp 5126, 18.6 (2) uss

குவளைக்கண்ணனுக்கு

கதைகள் வெளியான ஊடகங்கள்

காலச்சுவடு
அம்ருதா
ஆனந்த விகடன்
உயிரெழுத்து
அந்திமழை
கிழக்கு டுடே

பொருளடக்கம்

முன்னுரை: மில்லெனியம் மனிதர்கள் — 11
புனைவுகளின் காலம் — 15
1. திரைகள் — 19
2. விருது — 29
3. அனுபவம் — 46
4. யாவர்க்குமாம் — 57
5. வெல்கம் டு மில்லினியம் — 64
6. ஊட்டி வளர்த்த கதை — 84
7. வின் பண்ணணும் சார்... — 90
8. முகங்கள் — 105
9. பாகப் பிரிவினை — 122
10. பாவ மன்னிப்பு — 133

முன்னுரை

மில்லெனியம் மனிதர்கள்

அமெரிக்க உளவியலாளரான ஆப்ரகாம் மாஸ்லோ மனித வாழ்வைச் செலுத்தும் படியமைப்புக் கோட்பாட்டை முன்வைத்தார்: நமது தேவைகளின் படியமைப்பு. உணவு, உடை, இருப்பிடம், போன்ற தேவைகள் அடிப்படிக்கட்டில் இருக்கின்றன. பாதுகாப்பு, காமம், சமூகத்தில் அங்கீகாரம், மதிப்பு போன்றவை அடுத்த படிக்கட்டுகளில் வருகின்றன. இயங்கும் துறையில் உச்சத்தை அடையும் ஆசை, கலை வெளிப்பாடு, ஆன்மீகச் சாதனைகள் போன்ற தன்னை உணரும் விழைவுகள் அடுத்தடுத்த படிக்கட்டுகளில் வருகின்றன. ஒவ்வொரு மனிதரும் அவர் விரும்பினாலும் விரும்பாவிட்டாலும் இந்தக் கோபுரத்தில் ஏற வேண்டிய நிர்ப்பந்தத்தில் இன்று இருக்கிறார். இவை எல்லாவற்றையும் விட்டு வெளியே இருக்கவேண்டிய துறவிகளும்கூட இந்த பிரமிடுக்குள்தான் இருக்கிறார்கள். இதுதான் இந்த மில்லெனியத்தின் zeitgeist அல்லது வாழ்க்கைப் பார்வை.

அரவிந்தனின் இந்தத் தொகுப்பிலுள்ள பல கதைகள் ஆப்ரஹாம் மாஸ்லோவின் இந்த mad rush to the top கோட்பாட்டை நினைவுபடுத்துகிறவை. மீதிக் கதைகளில் சிக்மெண்ட் ஃப்ராய்டின் தாக்கம் தெளிவாகவே தெரிகிறது. அழுத்தப்பட்ட ஆசைகள், நினைவுகள், குற்ற உணர்வு போன்றவை ஃப்ராய்டிய உளவியலில் மிக முக்கியப் பங்கு வகித்தன. இந்தப் பதினொரு கதைகளில் மூன்று கதைகளாவது ஃப்ராய்டியக் கருத்தாக்கங்களைக் கொண்டிருக்கின்றன. முதல் கதையான திரைகள்

கதையின் கருத்தும் தலைப்புமே ஒரு ஃப்ராய்டியப் படிமம் என்று சொல்லிவிடலாம். மனித மனம் மூன்று திரைகளால் அல்லது அடுக்குகளால் ஆனதென்று ஃப்ராய்டு நினைத்தார். வில்லியம் ஜேம்ஸ் அதை மறுத்து மனம் அல்லது போதம் தொடர்ச்சியான ஒரே நிறமாலை போன்றது என்று சொன்னார். கருப்பும் வெளுப்பும்கூட இந்த நிறமாலையின் ஏதோ ஒரு முனையில்தான் இருக்கின்றது. மனித அகத்தை, உடலை, வாழ்வை, அடுக்கடுக்காய் விலக்கிப் பார்க்க வேண்டிய திரைகளாய்ப் பார்ப்பது இந்தியச் சிந்தனையிலும் உள்ளது. வள்ளலார் மனித உடலை ஏழு திரைகளின் தொகுப்பாய் பார்க்கிறார். இந்த ஏழு மாயத் திரைகளை நீக்கிப் பார்க்க முடிந்தோர்க்கு உள்ளே உறையும் ஒளி தென்படுகிறது.

ஆனால், அரவிந்தனின் இந்தக் கதைகளில் வரும் யாருக்கும் இந்த உள்ளொளி நாட்டம் உள்ளதென்று சொல்ல முடியாது. அவர்கள் பெரும்பாலும் மாஸ்லோவின் தேவைப் படிக்கட்டுகளில் ஏதோ ஒரு படிக்கட்டில் நின்றுகொண்டு அடுத்த படிக்கட்டை நோக்கி உன்னிக்கொண்டிருப்பவர்களே. பலர் பிளவுபட்ட அகம் கொண்டவர்கள் போன்று அவசர வாசிப்பில் தோன்றக்கூடியவர்கள். ஆனால் கூர்ந்து வாசிக்கும்போது ஆர்.டி. லெய்ங்கின் *Divided self* என்னும் புகழ் பெற்ற பதத்தை மீறிச் செல்லும் சில மனிதர்களை அரவிந்தன் இந்தக் கதைகளுக்குள் காண்பித்திருக்கிறார் என்று புரிகிறது. இவர்கள் மில்லெனியம் மனிதர்கள். ஒரு பக்கம் சிதைவு பட்ட துண்டு துண்டான அகங்கள் உலாவும், துண்டாவதைப் பொறுத்துக்கொள்ள முடியாது தற்கொலை செய்துகொள்ளும் (வின் பண்ணணும் சார்...) இதே உலகில்தான் மிகச் சரியாக வகுக்கப்பட்ட எல்லைகளோடு பிரித்துப் பிரித்து வைக்கப்பட்ட, ஒன்றுக்கொன்று முரண் இல்லாது இயங்கும் மனிதர்களும் இயங்குகிறார்கள் (வெல்கம் டு மில்லெனியம், முகங்கள், அனுபவம், கடவுச் சொல், யாவர்க்குமாம்). பாவ மன்னிப்பு கதையைப் புற உலகில் நிகழ்கிற விஷயங்களுக்கு, விபத்துகளுக்கு, அநீதிகளுக்குத் தான் குற்ற உணர்வுகொள்கிற ஒரு மிகை அற உணர்வு கொண்ட ஆனால் அதைச் செயல்படுத்த முடியாத ஒரு நடுவர்க்க அப்பா – மகனின் கதை என்று சொல்லலாம். ஊட்டி வளர்த்த கதை மட்டும் இவற்றிலிருந்து சற்றே விலகி நின்றாலும் அதுவும் இந்த மில்லெனியத்துக் கதைதான்.

இந்தக் கதைகளின் மூலமாக வெளிப்படும் மில்லெனியம் அல்லது ஈராயிரத்துக் குழவிகளிடம் நாம் ஒரு குறிப்பிடத்தக்க

வேறுபாட்டை உணர்கிறோம். இவர்களது ஆன்மா அல்லது தன்னிலை பழங்காலத்தில் இருந்தது போன்று ஒற்றையானதோ அல்லது நவீன காலத்தில் மாறியது போன்று சிதறியதோ மட்டுமல்ல; இன்றைய மனிதர்களின் தன்னிலை பல்வேறு தன்னிலைகளின் கூட்டுத் தொகை. முன்பே சொன்னதுபோலச் சரியாகப் பெட்டி பிரிக்கப்பட்டது. இந்தப் பெட்டிகளுக்குள் இவர்கள் அதிர்வின்றி நழுவிச் செல்கிறார்கள்.

அரவிந்தன் இந்த மாற்றத்தை மிகக் கச்சிதமான வரிகளில் உணர்த்திச் சொல்கிறார்.

அரவிந்தனின் கதைகளில் காணப்படும் இந்த உளவியல் கோணங்கள் ஆர்வமூட்டுகிறவை. தமிழில் இந்திரா பார்த்தசாரதி, ஆதவன், ஆ. மாதவன், தி. ஜானகிராமன், கோபி கிருஷ்ணன் போன்றவர்கள் ஏற்கெனவே செய்ததுதான். அரவிந்தன் இந்த வரிசையை ஆரவாரம் இல்லாமல் அடுத்த கட்டத்துக்கு உயர்த்திச் சென்றிருக்கிறார்.

இந்தக் கோணங்கள் எல்லாம் என் உளவியல் தத்துவ வாசிப்பின் பின்னணியில் நான் இந்தக் கதைகளிலிருந்து வரைபிரித்துக் கண்டுகொண்டவை. ஆனால் இந்தக் கோட்பாடுகளில் எல்லாம் மதிப்போ ஆர்வமோ இல்லாதவர்கூட ஏதேனும் பெற்றுக் கொள்ளும் வகையில்தான் அரவிந்தன் இந்தக் கதைகளை எழுதியிருக்கிறார்.

இந்தத் தொகுப்பின் முக்கியத்துவம் இதுதான்.

போகன் சங்கர்

புனைவுகளின் காலம்

புனைவெழுத்திலிருந்து பல ஆண்டுகள் வேண்டுமென்றே ஒதுங்கியிருந்த காலகட்டத்தை முடிவுக்குக் கொண்டுவந்த இந்தக் கதைகளுக்கான உந்துதல் ஆனைக்கட்டி பயணமாக அமைந்தது தற்செயலானது. கர்னாடக இசைக் கலைஞரும் எழுத்தாளருமான டி.எம். கிருஷ்ணாவின் அன்னை பிரேமா ரங்காச்சாரி ஆனைக்கட்டியில் வித்யாவனம் என்னும் பள்ளிக்கூடத்தை நடத்திவருகிறார். வித்யாவனம் பள்ளி, சுமனசா அறக்கட்டளை, காலச்சுவடு பதிப்பகம் ஆகியவை இணைந்து எழுத்தாளர்களுக்கான 'வானகம்' என்னும் வதிவிடத் திட்டத்தை நடத்திவருகின்றன. சிறிய அளவிலான அந்தத் திட்டத்தின் கீழ் ஆனைக்கட்டிக்கு இரு வாரங்கள் சென்று அங்கேயே தங்கி எழுத வாய்ப்புக் கிடைத்தது. அந்த வாய்ப்பே இந்தக் கதைகளை எழுது வதற்கான உந்துதலையும் இசைவான சூழலையும் ஏற்படுத்தித்தந்தன.

இந்த வாய்ப்பு தற்செயலானது என்று சொன்னேன். முழுவதும் தற்செயலானது எனச் சொல்ல முடியாது. பணி நெருக்கடிகளும் இதர பல்வேறு நெருக்கடிகளும் சேர்ந்து புனைவெழுத்தின் பக்கம் செல்லவிடாமல் தடுத்துக்கொண்டிருந்த சூழல் சற்று இளகி இரக்கம்காட்டத் தொடங்கியிருந்த சமயத்தில் வந்த வாய்ப்பு இது. படைப்பு மனநிலை மீண்டுகொண்டிருந்த சமயத்தில் கூடிவந்த வாய்ப்பு என்று சொல்ல வேண்டும். என்ன எழுதுவது என்னும் திட்டம் எதுவும் இல்லாத நிலையிலும் இந்த வாய்ப்பை இரு கைகளாலும் பற்றிக்கொண்டேன்.

நாவல் திட்டங்கள் நெடுநாட்களாக ஆழத்தில் உறைந்திருந்தாலும் இந்தச் சமயத்தில் சிறுகதைகள் எழுத வேண்டுமென்று ஏனோ விரும்பினேன். சிறுகதைகளுக்கான திட்டம் தெளிவாக இல்லாத நிலையிலேயே பயணத்திற்கான ஏற்பாடுகளைச் செய்தேன். கதைகள் எதுவும் வராவிட்டால் என்ன செய்வதென்ற கவலையும் இருந்ததால் மொழிபெயர்ப்புக்கான நூலையும் கையோடு எடுத்துக்கொண்டேன். எப்படியும் இந்த இரண்டு வாரங்கள் வீணாகிவிடாத வகையில் 'மாற்றுத் திட்டம்' கைவசம் இருப்பதை உறுதிசெய்துகொண்ட திருப்தியோடு கிளம்பினேன்.

எழிலார்ந்த அமைதி உறையும் ஆனைக்கட்டிக்குச் சென்றதும், கதைகள் எழுதும் சவாலிலிருந்து தப்பித்துக்கொள்ளும் உத்திதான் 'மாற்றுத் திட்டம்' என்பது உறைத்தது. எனவே அந்தத் திட்டத்தை ரத்துசெய்துவிட்டுக் கதைகள் எழுதும் சவாலை எதிர் கொள்ள முடிவுசெய்தேன். கதைகளாக எழுதக்கூடிய விஷயங் களை ஒரு தாளில் குறிக்கத் தொடங்கினேன். ஏழு சொற்கள் வந்தன. அவை ஏழு கதைகளுக்கான கருக்கள். அவற்றில் எதைப் பற்றியும் தெளிவான எந்தத் திட்டமும் இல்லை. என்றாலும் எழுதிப்பார்த்துவிடலாம் என்று தொடங்கினேன். எழுத எழுதக் கதைகள் இயல்பாக உருப்பெற்றன. இடையில் ஒரு நாள் சென்னைக்குப் பயணம் செய்ய வேண்டியிருந்தது. 14 நாட்களில் ஒன்பது கதைகளை எழுதி முடித்தேன். அண்மைக் காலத்தில் பெரிதும் மனநிறைவையும் தன்னம்பிக்கையையும் தந்த அனுபவம் இது.

கதைகளை எழுத எழுத அவற்றைச் சில நண்பர்களுக்கு மின்னஞ்சலில் அனுப்பி அவர்கள் கருத்தைக் கேட்டுக் கொண்டிருந்தேன். அவர்கள் சொன்ன கருத்துக்களை வைத்து அக்கதைகளைப் பிறகு மெருகேற்றினேன். ஜே.பி. சாணக்யா, மரியா தங்கராஜ், கோபாலகிருஷ்ணன், களந்தை பீர்முகம்மது, செந்தூரன், எஸ். செந்தில்குமார் ஆகிய நண்பர்களின் கருத்துக் களும் கதைகளைப் பற்றிய முடிவுக்கு வரவும் அவற்றை மேம்படுத்தவும் உதவின. இவர்கள் அனைவரையும் இந்தத் தருணத்தில் நன்றியோடு நினைத்துக்கொள்கிறேன்.

ஜே.பி. சாணக்யா ஒவ்வொரு கதையையும் பற்றி மிகவும் விரிவாகப் பேசினார். அவர் சொன்ன கருத்துக்கள் எனக்கு மிகவும் பயன்பட்டன. உறவின் மாறாட்டம் என ஒரு கதைக்குத் தலைப்பு வைத்திருந்தேன். அந்தக் கதையில் வரும் உரை யாடலிலிருந்து ஒரு வரியைக் குறிப்பிட்ட சாணக்யா, அதையே அந்தக் கதைக்குத் தலைப்பாக வைக்கலாம் என்றார். அந்த

யோசனை மிகவும் பொருத்தமாகப் பட்டது. இந்தக் கதை களில் பெரும்பாலானவை புத்தாயிரத்தைக் களமாகக் கொண்டவை. புத்தாயிரத்தின் வாழ்க்கையையும் சூழலையும் கையாள்பவை என்பதால் அதையே தொகுப்புக்கும் தலைப்பாக வைத்துவிட்டேன். கதைக்கும் தொகுப்புக்கும் பெயர் சூட்டிய சாணக்யாவுக்குச் சிறப்பு நன்றி.

நண்பர் போகன் சங்கரிடம் இந்தத் தொகுப்புக்கு முன்னுரை எழுதித்தருமாறு கேட்டுக்கொண்டேன். உடனே ஒப்புக்கொண்டு கச்சிதமான முன்னுரையைத் தந்திருக்கிறார். இந்தக் கதைகளை அணுகுவதற்கான முக்கியமானதொரு வாசலை அவர் திறந்துவைத்திருக்கிறார். அவருக்கு என் நன்றி.

மதிப்புக்குரிய நண்பர் கவிஞர் சுகுமாரன் இந்தக் கதை களைப் படித்துவிட்டுத் தொலைபேசியில் அழைத்து எல்லாக் கதைகளைப் பற்றியும் தன் கருத்துக்களைப் பகிர்ந்துகொண்டார். பரீட்சை எழுதிவிட்டு முடிவறியக் காத்திருந்த மாணவனுக்கு ஏற்படும் மனநிறைவை அந்த உரையாடலில் அடைந்தேன். தங்கத்தை நிறுத்துத் தருவதுபோன்ற உணர்வுடன் சொற்களைப் பயன்படுத்தும் சுகுமாரனின் கருத்துக்கள் இந்தக் கதைகளை வெளியிடலாம் என்னும் நம்பிக்கையைத் தந்தன.

ஆனைக்கட்டி முகாமுக்குச் செல்லும் வாய்ப்பை ஏற்படுத்தித் தந்தவர் கண்ணன். சுகுமாரன், கண்ணன் போன்றோருக்கு நன்றி சொல்வது எப்போதும் கூச்சத்தை ஏற்படுத்தக்கூடியது.

ஆனைக்கட்டியில் உணவு உள்ளிட்ட வசதிகளைச் செய்துதந்த வித்யாவனம் பள்ளி முதல்வர் திருமதி பிரேமா ரங்காச்சாரியை ஒருநாள் மாலை சந்தித்து உரையாட வாய்ப்புக் கிடைத்தது. மறக்க முடியாத ஆளுமை அவர். வதிவிடத்தின் அருகில் வசிக்கும் இனிய சுபாவம் கொண்ட முகம்மது ரஃபி (வித்யாவனத்தின் ஊழியர்) செய்த உதவிகளையும் மறக்க முடியாது.

வதிவிடத்தில் என்னுடன் தங்கியிருந்த நண்பர் கல்யாண ராமனுடன் நிகழ்ந்த நீண்ட உரையாடல்கள் சுவாரஸ்யமாகவும் பயனுள்ளவையாகவும் இருந்தன.

ஓவியர் ரோஹிணி மணியின் படைப்பாற்றல் எப்போதும் வியக்கவைப்பது. கதைகளின் களத்தையும் அடிநாதமான உணர்வையும் அற்புதமாகப் பிரதிபலிக்கும் அட்டை வடிவமைப்பை உருவாக்கித் தந்துள்ள அவருக்கு என்னுடைய நன்றி.

சக பணியாளர்களான கலா முருகனும் பெருமாளும் நூலை வடிவமைப்பதில் சிரத்தையுடன் செயல்பட்டிருக்கிறார்கள். அவர்களுக்கும் நன்றி.

இந்தக் கதைகளைப் பிரசுரித்த ஊடகங்களுக்கு என் மனமார்ந்த நன்றி. 'விருது' கதையை 2023 ஜூன் மாதத்தின் சிறந்த கதையாகத் தேர்வுசெய்த குவிகம் இலக்கிய அமைப்புக்கும் நன்றி.

காலஞ்சென்ற நண்பர் கவிஞர் குவளைக்கண்ணனை இந்தத் தருணத்தில் நெகிழ்ச்சியுடன் நினைத்துக்கொள்கிறேன். அவருடனான உரையாடல்கள் என் இலக்கிய உணர்வைக் கூர்மைப்படுத்திக்கொள்ள உதவியிருக்கின்றன. இந்தக் கதைகள் சிலவற்றில் ஏதோ ஒரு விதத்தில் அவரும் இருக்கிறார். அவருக்கு இந்தத் தொகுப்பைக் காணிக்கையாக்குவதை அவருடைய நட்புக்குச் செய்யும் மரியதையாகக் கருதி நிறைவு கொள்கிறேன்.

நாகர்கோவில்   அரவிந்தன்
செப்டம்பர் 21, 2023

1

திரைகள்

பத்மநாபன் எழுந்ததும் பிரமை பிடித்தவரைப் போலத் தன்னைச் சுற்றிலும் பார்த்தார். எங்கே இருக்கிறோம் என்று புரியவில்லை. ஏதோ வண்டி ஓடுவதுபோலச் சத்தம் கேட்கிறது. தெரிந்த முகங்கள் எதிரில் தென்படுகின்றன. பத்மநாபன் கண்களைக் கசக்கியவாறு ஜன்னல் வழியாக வெளியில் பார்த்தார். பளிச்சென்று வெளிச்சம் பரவியிருக்கிறது. வண்டி வேகமாக ஓடுவது புரிந்தது. அது ரயில் என்பதும் இரவு அதில் ஏறினோம் என்பதும் நினைவுக்கு வந்தது. மனம் தெளிந்தது. எழுந்து உட்காரப் பார்த்தபோது மேலே உள்ள படுக்கை இடித்தது. குனிந்து கவனமாக இறங்கினார். எதிரிலும் பக்கவாட்டிலும் இருக்கும் இருக்கைகளில் அவர் உறவினர்கள் ஏழெட்டுப் பேர் நெருக்கியடித்து உட்கார்ந்திருந்தார்கள். கீர்த்திவாசன், கீதா, வேம்பு, கிருஷ்ணவேணி, கிருஷ்ணன்...

பத்மநாபன் கண்களை நன்றாகக் கசக்கிக் கொண்டார். எல்லோரையும் பொதுவாகப் பார்த்தபடி சிரித்தார். ஓரிருவர் பதிலுக்கு லேசாகப் புன்னகைத்தார்கள். இப்போது முழுமையாகத் தெளிந்துவிட்டது. திருநெல்வேலியில் கணேசன் கல்யாணத்துக்குப் போய்விட்டு வருகிறோம். வத்சலாவுக்கு உடம்பு சரியில்லை. ராதிகாவுக்குக் கல்லூரியில் தேர்வு. அதனால் நானும் கிருத்திகாவும் மட்டும் கல்யாணத்துக்குப் போனோம். கூடவே உறவினர்களும் வந்திருக்கிறார்கள். ரயில் இப்போது சென்னையை நெருங்கிக்கொண்டிருகிறது. கிருத்திகாவை எங்கே காணோம்? கிருத்திகா எங்கே

என்று கீர்த்திவாசனிடம் கேட்டார். வாசல்ல நிக்கறா என்று கீர்த்தி மெதுவாகப் பதில் சொன்னார். மற்றபடி யாரும் பேசவில்லை. வழக்கமாக அரட்டை அடித்துக்கொண்டிருப்பவர்கள் அமைதியாக இருப்பது அவருக்கு ஆச்சரியமாக இருந்தது.

ரயில் தாம்பரத்தை நெருங்கிவிட்டது. பத்மநாபன் எழுந்து கழிவறைக்குச் சென்றார். பல் விளக்கினார். வாசலில் கிருத்திகாவைக் காணோம். ஒருவேளை அவள் அந்தப் பக்க வாசலில் நின்றுகொண்டிருக்கலாம் என்று நினைத்துக்கொண்டார். இருக்கைக்கு வந்து பெட்டிகளை எடுத்து வைக்க ஆரம்பித்தார். எல்லோரும் தத்தமது பெட்டிகளை எடுத்து ஒழுங்குபடுத்திக்கொண்டார்கள். எதையாவது விட்டுவிட்டோமோ என்று சரிபார்த்துக்கொண்டார்கள். யாரும் எதுவும் பேசவில்லை. பத்மநாபனுக்கு ஆச்சரியமாக இருந்தது. ஏன் யாரும் பேசாமல் இருக்கிறீர்கள் என்று கேட்பது அவருடைய வழக்கம் அல்ல. எனவே அவரும் பேசாமல் இருந்தார். கிருத்திகாவை எங்கே இன்னும் காணோம் என்று நினைத்தார்.

எழும்பூர் நிலையத்தில் இறங்கி ஆளுக்கொரு பக்கம் ஆட்டோ, டாக்ஸி பிடித்துக் கிளம்பும்வரை யாரும் எதுவும் பேசிக்கொள்ளவில்லை. கிருத்திகாவும் பேசாமல் வருவதைப் பார்த்துப் பத்மநாபன் குழம்பினார். என்ன ஆச்சு, கல்யாணத்துக்குத்தானே போய்ட்டு வரோம், ஏன் எல்லாரும் எழவு விழுந்த மாதிரி இருக்கீங்க என்று அவளிடம் கேட்டார். கிருத்திகா பதில் சொல்லவில்லை. அவர் முகத்தையும் பார்க்கவில்லை. பெட்டியைத் தூக்கிக்கொண்டு முன்னால் நடந்தாள். பத்மநாபன் மேலும் குழம்பியவராக அவளைப் பின்தொடர்ந்தார். கிருத்திகாவை இப்படி அவர் பார்த்ததேயில்லை. தான் தூங்கிக்கொண்டிருக்கும்போது அவர்களுக்குள் ஏதாவது பிரச்சினை நடந்திருக்குமோ என்று நினைத்தார். வேம்புவோ அல்லது கிருஷ்ணனோ ஏதாவது சொல்லிவிட்டார்களா அல்லது கீதாவுக்கும் இவளுக்கும் ஏதாவது பிரச்சினையா? பத்மநாபனுக்குப் புரியவில்லை.

ஆட்டோவில் ஏறியதும் தன்னுடைய அக்காவின் கணவர் கீர்த்திவாசனைத் தொலைபேசியில் அழைத்தார். அவர் எடுக்கவில்லை. கிருஷ்ணனையும் வேம்புவையும் கூப்பிட்டுப் பார்த்தார். அவர்களும் எடுக்கவில்லை. கிருத்திகாவிடம் சற்றே கோபமாகக் கேட்டுப்பார்த்தார். அவள் பதில் சொல்லவில்லை.

வீட்டுக்கு வந்ததும் அலுவலகத்துக்குக் கிளம்ப வேண்டும் என்னும் எண்ணம் அவரை ஆக்கிரமித்துக்கொண்டது. வழக்கம் போலக் கிளம்பினார்.

பத்மநாபன் எல்லாவற்றிலும் ஒழுங்குமுறையைக் கடைப்பிடிப்பதில் கண்ணும் கருத்துமாக இருப்பார். உறவினர்கள், நண்பர்கள், அலுவலக சகாக்கள் எனப் பல வட்டங்களிலும் அவருடைய பிம்பம் ஒழுங்கு, நிதானம், நேர்மை, கண்ணியம் ஆகியவை சம விகிதத்தில் கலந்ததாக இருக்கும். திட்டமிட்ட அன்றாடக் கடமைகள், நிதானமும் நேர்த்தியும் கண்ணியமும் நிறைந்த நடவடிக்கைகள், அதிராத பேச்சு, உதவும் குணம் என்று பத்மநாபனின் குணங்களைப் பட்டியலிடலாம். காலையில் ஆறு மணிவாக்கில் எழுந்துவிடுவார். கடுமையான குளிர், மழைக்காலங்களிலும் இந்த வழக்கம் தவறுவதில்லை. ஞாயிற்றுக் கிழமைகள், விடுமுறை நாட்களில்கூட இது தவறாது. இன்னிக்கு லீவுதானே, இன்னும் கொஞ்ச நேரம்தான் தூங்கறது என்று வத்சலா எத்தனையோ முறை சொல்லிப்பார்த்துவிட்டார். முழிப்பு வந்துடுதே, நான் என்ன பண்ண என்று சொல்லிச் சிரிப்பார். தான் எழுந்துவிட்டோம் என்பதற்காக மற்றவர்களின் தூக்கத்தைக் கெடுக்க மாட்டார். பூனைபோல எழுந்து வெளியே சென்று படுக்கையறையின் கதவைச் சாத்திவிட்டுக் காலைக்கடன்களை முடித்துவிட்டுக் காப்பி போட்டுக் குடிப்பார். 15 நிமிடம் நடைப்பயிற்சி முடித்துவிட்டு வந்து நாளிதழ் படிப்பார். சிறிய வயதிலிருந்தே தி ஹிண்டு மட்டும்தான் படிப்பது வழக்கம். பிறகு சவரம் செய்துவிட்டுக் கைப்பேசியில் வந்திருக்கும் செய்திகளைப் பார்ப்பார். பிறகு சில அழைப்புகள். கணிப்பொறியைத் திறந்து மின்னஞ்சல்களைப் பார்த்துவிட்டு இணையத்தில் சர்வதேசச் செய்தி இதழ்களைப் படிப்பார். பிறகு அதை மூடிவிட்டுத் தொலைக்காட்சியில் சிறிது நேரம் செய்திகளைப் பார்ப்பார். பெரும்பாலும் பிபிசி, என்டிடிவி. பிறகு சமையலறைக்கு வந்து ஏதாவது உதவி செய்வார்; அல்லது கடைக்குப் போய் அன்றைய தேவையைப் பொறுத்துத் தேங்காயோ, பச்சை மிளகாயோ, பிரட்டோ வாங்கிவருவார். பிறகு அலுவலகத்துக்குக் கிளம்பும் படலம்.

அலுவலகத்துக்கான உடைகளைத் தேர்ந்தெடுப்பதிலும் கச்சிதமான திட்டமிடல் இருக்கும். கிழமைக்கு ஒன்று என உடைகளின் வகைகளையும் வண்ணங்களையும் வகுத்து வைத்திருப்பார். கால்சட்டையின் நிறத்துக்கேற்ப ஷூவும் பெல்ட்டும் மாறும். வெள்ளிக்கிழமைகளில் அடர் வண்ணச் சட்டை. சனிக்கிழமைகளில் டி-ஷர்ட். அதுவும் காலர் வைத்த டி-ஷர்ட். சட்டையின் வண்ணத்துக்கு ஏற்பச் சட்டைப் பையில் சொருகும் பேனாவின் நிறமும் மாறும். பின்மாலைப் பொழுதுகளிலும் விடுமுறை நாட்களிலும் தொலைக்காட்சியில் கிரிக்கெட்டோ டென்னிஸோ டிஸ்கவரி சேனலோ நேஷனல் ஜியாக்ரஃபியோ பார்த்துக்கொண்டிருப்பார்.

வத்சலாவால் இன்னமும் தன் காதுகளை நம்ப முடிய வில்லை. கிருத்திகாவைத் தவிர வேறு யார் சொல்லியிருந்தாலும் அவர் நம்பியிருக்க மாட்டார். இத்தனை ஆண்டுகளில் பத்து விடமிருந்து இப்படி ஒரு சொல் வெளியே வந்ததில்லை. இப்படி ஒரு சொல்லை அவர் பயன்படுத்துவதுகூடச் சாத்திய மில்லை என்பது வேறு யாரையும்விட வத்சலாவுக்கு நன்றாகத் தெரியும். எத்தனையோ அந்தரங்கமான தருணங்களிலும் அவர் பேச்சு எல்லை மீறியதில்லை. மணமான புதிதில் குழந்தை பிறப்பதற்கு முன்பு வத்சலாகூடச் சில சமயம் எல்லை மீறியதுண்டு. ஆனால் பத்மநாபன் ஒருபோதும் அத்துமீறிப் பேசியதில்லை. முயக்கத்தின் உச்ச மயக்கத்தில்கூட அவர் உளறியதோ கொச்சையாகப் பேசியதோ இல்லை. தாள முடியாத உணர்ச்சியின் பிடியில் இருந்தபோது அவரிடம் கொச்சையான சொற்களை வத்சலா எதிர்பார்த்ததுண்டு. ஆனால், பத்மநாபன் எல்லை மீற மாட்டார்.

பாலியல் விவகாரங்களைப் பற்றிப் பேசும்போதும் அவர் மொழி பொது நாகரிக எல்லைக்குள் இருக்கும். பாலுறவு பற்றியோ பாலியல் கவர்ச்சி பற்றியோ வெளிப்படையாகப் பேசுவதைத் தவிர்த்துவிடுவார். வீட்டில் எல்லோரும் சேர்ந்து திரைப்படம் பார்க்கும்போது இரண்டு பெண்களும் காதலைப் பற்றிப் பேசிச் சிரித்துக்கொள்வதைக் கண்டும் காணாததுபோல இருப்பார். அப்பாவைச் சீண்ட வேண்டும் என்பதற்காகவே கிருத்திகா எதையாவது பேசித் தூண்டிவிடுவாள். ஆனால் அவர் பொறியில் சிக்க மாட்டார். நாட்டி கேர்ல்ஸ் என்று சொன்னபடி சிறிய புன்னகையுடன் எழுந்து போய்விடுவார்.

ரயிலில் நடந்ததை அம்மாவிடம் சொல்ல ஆரம்பித்தபோது கிருத்திகா அழுதுகொண்டே பேசினாள். வத்சலா குழப்பத்துடனும் கலக்கத்துடனும் என்ன நடந்துதுன்னு சொல்லுடி என்று அவளை உலுக்கினார். எப்படி சொல்றதுன்னு தெரியலம்மா என்று சொன்ன கிருத்திகா தயங்கித் தயங்கி நடந்ததைச் சொன்னாள். வத்சலாவால் நம்ப முடியவில்லை. 'என்னடி உளற்ர, பைத்தியம் புடிச்சிடுத்தா உனக்கு' என்று கத்தினார். அம்மாவின் தோளில் சாய்ந்து குலுங்கியபடி, சத்தியமா அதுதாம்மா நடந்துது; இதுல எப்படிம்மா நான் பொய் சொல்ல முடியும் என்று அழுதாள்.

கிருத்திகாவால் அந்தத் தருணத்தை மறக்கவே முடிய வில்லை. அது நடந்ததும் எல்லாருடைய பார்வைகளும் தன்னிச்சையாகக் கிருத்திகாவை நோக்கித் திரும்பின. கிருத்திகா கண்கள் கலங்கித் தலையைக் கவிழ்த்துக்கொண்டாள். பிறகு சட்டென்று எழுந்து கழிவறைக்குள் சென்று கதவைச் சாத்திக்கொண்டாள். அவளுக்குப் படபடப்பாக இருந்தது.

வெளியே போய் எல்லார் முகங்களிலும் எப்படி விழிப்பதென்று தவித்தாள். கிருத்திகா கைக்குட்டையால் வாயை மூடியபடி சத்தம் வராமல் குலுங்கிக் குலுங்கி அழுதாள். அருவருப்பும் ஆற்றாமையும் அவளை வாட்டி எடுத்தன. மிகவும் முயற்சி செய்து தன்னை ஆசுவாசப்படுத்திக்கொண்டு முகத்தைக் கழுவிக்கொண்டு நெடுநேரம் கழித்து வெளியே வந்தாள். கழிவறைக்குப் பக்கத்திலேயே கிருஷ்ணனும் கீதாவும் கவலையோடு நின்றிருந்தார்கள். அவர்கள் முகங்களைப் பார்க்காமல் கிருத்திகா வாசல் கதவைத் திறந்து வெளியில் பார்வையைச் செலுத்தத் தொடங்கினாள்.

கிருத்திகா திணறித் திணறிச் சொல்லி முடித்தபோது வத்சலா உறைந்துபோனார்; நம்ப முடியவில்லை. கிருத்திகாவே சொல்லும்போது நம்பாமலும் இருக்க முடியவில்லை. பத்மநாபன் தூக்கத்தில் உளறுவது வழக்கம்தான். என்றைக்காவது சற்றுத் தாமதமாக எழும் சமயங்களில் காபி ரெடியா, யார் டாஸ் வின் பண்ணினது, ஈபி பில் கட்டியாச்சா, பர்ஸை எடு, பேஸ்ட் எங்கே என்பதுபோல எதையாவது உளறுவார். மூவரும் அதைக் கேட்டுச் சிரிப்பார்கள். அவர் எழுந்த பிறகு அதைச் சொல்லிக்காட்டிக் கேலிசெய்வதற்காகவே அவரை எழுப்பாமல் கவனிப்பார்கள். அவர் வேறு வேறு தொனிகளில் ஒரே விஷயத்தைத் திரும்பத் திரும்பச் சொல்லுவார். பர்ஸை எடு என்று சொன்னால் அதையே அழுத்தமாக, மெதுவாக, அவசரமாக, சற்றே வேதனையோடு என்று பல விதமாகச் சொல்வார். பிறகு சட்டென்று கண்ணை விழித்துப் பார்ப்பார். இரவு வீட்டில் படுத்து மறுநாள் காலையில் அடர்ந்த வனத்தில் திறந்த வெளியில் கண் விழிக்கும் ஒருவரைப் போல மலங்க மலங்க விழிப்பார். பக்கத்தில் இருப்பவர்களை உறுத்துப் பார்ப்பார். பிறகு எழுந்துகொண்டு தன்னுடைய வேலைகளைத் தொடங்கிவிடுவார். சற்று முன் உளறியதற்கான சுவடே தெரியாது. நேர்த்தியின் நியமங்கள் இயல்பாக அவருடன் வந்து ஒட்டிக்கொள்ளும். காப்பி சாப்பிடும் போது ராதிகா அவர் சொன்னதைச் சொல்லிக்காட்டிக் கேலிசெய்யும்போதுதான் அப்படி ஒரு விஷயம் நடந்ததே அவருக்குத் தெரியும். வெட்கத்துடன் புன்னகைத்தபடி நாளிதழை விரித்து முகத்தை மறைத்தபடி படிக்க ஆரம்பித்துவிடுவார்.

வத்சலா அந்தச் சொற்களையும் அது வெளிப்பட்ட இடத்தையும் நினைத்துப்பார்த்தார். வார்த்தை வரவில்லை. மனம் வெறுமையானது. கண்கள் கலங்கின. அடிவயிறு கலங்கியது.

வத்சலாவுக்குத் தெரிந்து பத்மநாபன் எந்தப் பெண்ணை யும் குறிப்பாக ரசித்ததில்லை. அவர்கள் அழகு, கவர்ச்சி என்று எதற்கும் மயங்கியதில்லை. பத்திரிகைகளில் வரும் கவர்ச்சிப்

படங்களையும் ஒரு நொடிக்கு மேல் அவர் பார்த்ததை வத்சலா கண்டதில்லை. தொலைக்காட்சியில் கவர்ச்சிப் பாடல்கள் வரும்போது சேனலை மாற்றிவிடுவார். குழந்தைகள் இருக்கும் போது மட்டுமில்லாமல் அவர் தனியாக உட்கார்ந்து பார்க்கும் போதும் அப்படிச் செய்வதை வத்சலா கவனித்திருக்கிறார். வத்சலா வேண்டுமென்றே குறிப்பிட்ட ஒரு நடிகையைச் சுட்டிக்காட்டி, இவ ரொம்ப செக்ஸியா இருக்கால்ல என்று கேட்டபோது செக்ஸின்றதெல்லாம் நம்ம பார்வையைப் பொறுத்தது. எனக்கு அவ ஃபிட்டா இருக்கான்னுதான் தோணுது என்பார். உங்களுக்கு என்ன தெரியும், அவளோட ஃபிகருக்காகத்தான் அவளுக்கு இவ்ளோ ஃபேன்ஸ் என்பார் வத்சலா. பத்மநாபன் மேற்கொண்டு பேச மாட்டார். சில நாட்களில் கணிப்பொறியில் மணிக்கணக்காக உட்கார்ந்து படம் பார்த்துக்கொண் டிருப்பார். சந்தேகப்பட்டு வத்சலா அவருக்குத் தெரியாமல் எட்டிப் பார்த்திருக்கிறார். ஒருபோதும் அது பாலியல் படமாகவோ பாலுறவுக் காட்சியாகவோ இருந்ததில்லை.

வத்சலாவும் அதுபோன்ற படங்களைப் பார்ப்பதில்லை என்றாலும் உலகம் தெரியாதவரல்ல. தன்னுடைய அலுவலகத்தில் ஆண்கள் பூடகமாகப் பேசிக்கொள்வதெல்லாம் அவருக்குப் புரியாமல் இல்லை. உடன் வேலை செய்யும் பெண்கள் பாலுறவுப் படங்களைப் பற்றி இயல்பாகப் பேசிக்கொள்வதையும் கேட்டிருக்கிறார். இள வயதில் வத்சலாவும் சில படங்களைப் பார்த்ததுண்டு என்றாலும் கல்யாணத்துக்குப் பிறகு அது நின்றுபோனது. பத்மநாபன் இல்லற சன்னியாசியாக இருப்பது வத்சலாவையும் ஏதோ ஒரு வகையில் கட்டுப்படுத்திவிட்டது. ஆனால், அலுவலகத்தில் திருமணமான பெண்களும் அதைப் பற்றியெல்லாம் இயல்பாகப் பேசுவதையும் வீட்டில் கணவனும் மனைவியுமாக அந்தப் படங்களைப் பார்ப்பதையும் அறிந்து வியப்படைந்தார். பத்துவிடம் அதைப் பற்றிப் பேசுவதைக்கூட வத்சலாவால் நினைத்துப்பார்க்க முடியவில்லை. அப்படிப் பட்டவர் இப்படி நடந்துகொண்டதை வத்சலாவால் நம்பவே முடியவில்லை. அந்த வார்த்தைகள் அவருக்குக் குமட்டலை ஏற்படுத்தின. அதைக் காட்டிலும், இவரா, இவரா என்னும் கேள்விதான் தூக்கலாக நின்றது.

பயணத்தில் உடனிருந்த உறவினர்கள் யாரிடமிருந்தும் கிருத்திகாவுக்கோ வத்சலாவுக்கோ அழைப்பு எதுவும் வரவில்லை. தொலைபேசிச் செய்திகளும் வரவில்லை. வழக்கமாகத் தினமும் யாரிடமிருந்தாவது அழைப்பு வந்துவிடும். ராதிகா கல்லூரியிலிருந்து வந்ததும் வத்சலாவையும் கிருத்திகாவையும் பார்த்த பார்வையிலேயே அவளுக்கும் விஷயம் தெரியும் என்பது

புரிந்துவிட்டது. விஷயம் பரவ ஆரம்பித்துவிட்டது என்பதும் புரிந்தது. நிஜம்மாவா கிருத்தி என்று மட்டும் கேட்டாள் ராதிகா. கிருத்திகா தலையாட்டினாள். ராதிகா வாயடைத்துப்போய் உட்கார்ந்துவிட்டாள். மூவரும் எதுவும் பேசவில்லை.

இரவு வீடு திரும்பிய பிறகு பத்மநாபனுக்குக் காலையில் ஏற்பட்ட விசித்திரமான அனுபவம் நினைவுக்கு வந்தது. வீட்டில் யாரும் தன்னிடம் எதுவும் பேசவில்லை என்பதைக் கவனித்த அவருக்கு, காலையில் ரயிலிலும் அப்படித்தான் எல்லோரும் இருந்தார்கள் என்பதும் கிருத்திகாகூடப் பேசவில்லை என்பதும் நினைவுக்கு வந்தது. பேச்சுக்கொடுத்தாலும் ஒற்றை வார்த்தை யில் பதில் வருகிறது. இரவு என்ன டிபன் என்று கேட்பதற்கு முன்பே சப்பாத்தியும் சன்னா மசாலாவும் பண்ணியிருக்கேன், லெமன் சேவை பண்ணியிருக்கேன், இன்னிக்கு தேசை சட்னி என்று சொல்லும் வழக்கமுள்ள வத்சலா என்ன டிபன் என்று கேட்டால் வெறுமனே தலையை அசைத்து டிபன் இருக்குமிடத்தைக் காட்டிவிட்டு அகன்றுவிடுகிறாள். டிபனை எடுத்துக்கொண்டு சாப்பாட்டு மேசைக்கு வந்தால் அங்கே இருக்கும் ராதிகாவும் கிருத்திகாவும் எழுந்து பெட்ரூமுக்குப் போய்விடுகிறார்கள். மூன்று பேரும் எதையோ மறைக்கிறார்கள் என்பது அவருக்குத் தெளிவாகப் புரிந்தது. தன்னிடம் சொல்ல முடியாத அளவுக்கு அப்படி என்ன பிரச்சினை என்பதைத்தான் அவரால் புரிந்துகொள்ள முடியவில்லை. எவ்வளவு யோசித்தும் பொருத்தமாக எதையும் யூகிக்க முடியவில்லை.

வத்சலாவிடம் தனியாகக் கேட்டுப்பார்த்தார். அவளும் பிடிகொடுக்கவில்லை. நேரில் முகத்தைப் பார்க்காமல் ஒண்ணு மில்ல என்று சொல்லிவிட்டுப் போய்விட்டாள். நோண்டிக் கேட்பதோ கத்திக் கூப்பாடு போடுவதோ பத்மநாபனுக்குப் பழக்கமில்லை. கிருத்திகாவுக்கோ ராதிகாவுக்கோ ஏதாவது சிக்கலாக இருக்குமோ என்று அவர் கவலைப்பட்டார். மீண்டும் கீர்த்திவாசனையும் வேம்புவையும் கிருஷ்ணனையும் கீதாவையும் கூப்பிட்டுப் பார்த்தார். கீதா மட்டுமே அழைப்பை எடுத்தாள். அவள் குரலும் சரியாக இல்லை. வெளியில் இருக்கேன், அப்புறம் பேசறேன் சித்தப்பா என்று சொல்லிவிட்டு அழைப்பைத் துண்டித்துவிட்டாள். பத்மநாபன் திகைத்துப்போனார்.

பெரிதாக ஏதோ ஒன்று நடந்திருக்கிறது என்பது பத்மநாபனுக்குப் புரிந்தது. அனைவரும் தன்னைப் புறக்கணிக்கும் அளவுக்கு ஏதோ நடந்திருக்கிறது. அது என்னவென்று தெரிய வில்லை. தன்னைப் பற்றி யாராவது மோசமாக ஏதாவது சொல்லிவிட்டார்களா? அப்படிச் சொல்ல என்ன இருக்கிறது?

எவ்வளவு யோசித்துப்பார்த்தாலும் தன்னைப் பற்றி மோசமாகச் சொல்லக்கூடிய எந்த விஷயத்தையும் அவரால் யோசிக்க முடியவில்லை. தன்மீது வன்மம் கொண்டவர்களையோ பழிவாங்க வேண்டுமென்று நினைப்பவர்களையோ அவரால் யோசிக்க முடியவில்லை. காதல், பணம், வேலை என்று எதிலும் யார் வம்புக்கும் போனதில்லை. எந்தச் சிக்கலிலும் மாட்டிக் கொண்டதில்லை. கோபம் வந்தாலும் ஆசை வந்தாலும் அதை மனதுக்குள்ளேயே வைத்துப் பூட்டிக்கொள்ளப் பழகியாயிற்று. இவ்வளவு கட்டுப்பாடாக வாழ்ந்த பிறகும் இப்படி ஒரு அவமானமா?

யோசிக்க யோசிக்கப் பத்மநாபனுக்கு மண்டையே வெடித்துவிடும்போல இருந்தது. தன்னுடைய நிலையை விளக்கி ஒரு கடிதம் எழுதிவைத்துவிட்டு எங்காவது போய்த் தலைமறைவாகிவிடலாமா என்று தோன்றியது. தலைமறை வாக எங்கே போய் இருப்பது, ஒரேயடியாகப் போய்ச் சேர்ந்து விட்டாலும் பரவாயில்லை என்றும் தோன்றியது. நேரமாக ஆக இந்த எண்ணம் வலுப்பெறத் தொடங்கியது. கடைசி முயற்சியாக ஒன்று செய்யலாம் என்று முடிவுசெய்தார். அன்று ரயிலில்தான் ஏதோ நடந்திருக்கிறது. அங்கே வந்திருந்தவர்களில் மூத்தவரும் அதிகப் பொறுப்புள்ளவரும் கீர்த்திவாசன்தான். அவரை அணுக ஒரு முயற்சி செய்துவிட்டு அது பலிக்கவில்லை யென்றால் வேறு முடிவை எடுத்துவிட வேண்டியதுதான் என்று நினைத்தார்.

கைப்பேசியை எடுத்துப் பொறுமையாகத் தட்டச்சு செய் தார். சுருக்கமாகவும் தெளிவாகவும் ஆங்கிலத்தில் எழுதினார்.

அன்புள்ள கீர்த்தி, நான் ஏதோ பெரிய தவறு செய்துவிட்டேன் என்று எனக்குப் புரிகிறது. அது என்னவென்று எனக்குத் தெரியவில்லை. உங்கள் எல்லோருடைய புறக்கணிப்பும் என்னைக் கொல்கிறது. என்ன நடந்ததென்று தெரிந்தால் பிராயச்சித்தம் செய்யலாம். தவறு என்னவென்றே தெரியாமல் தண்டனையை அனுபவிப்பதைவிட உயிரை விட்டுவிடுவது எனக்குச் சுலபம். நான் வெறும் வார்த்தையாக இதைச் சொல்லவில்லை. உங்களுக்குப் புரியுமென்று நினைக்கிறேன். இன்னும் இரண்டு நாட்களுக்குள் உங்களிடமிருந்து பதில் வரவில்லை என்றால் அதன் பிறகு என்னை உயிருடன் பார்க்க முடியாது. இது சத்தியம்.

செய்தியை அனுப்பிய பிறகு மனதில் சற்று அமைதி ஏற்பட்டது. கீர்த்தி பத்து நிமிடங்களில் அழைத்தார். தனியாகச் சந்திக்கலாம் என்றார். அன்று மாலையே சந்தித்தார்கள்.

நீங்கள் ஒரு சைக்யாட்ரிஸ்டைப் பாக்கணும் என்றார் கீர்த்திவாசன் எடுத்த எடுப்பில்.

மொதல்ல விஷயத்த சொல்லுங்க கீர்த்தி என்றார் பத்மநாபன். என்ன விஷயம்னு சொல்லிட்டு என்னைப் பைத்தியக்கார ஆஸ்பத்திரில சேத்தாலும் சரி, தூக்குல போட்டாலும் சரி என்றார்.

எப்படி சொல்றதுன்னு தெரியல. எனக்குமே இது புதுசு என்றார் கீர்த்திவாசன்.

எப்படியும் நீங்க சொல்லித்தான் ஆகணும் என்றார் பத்மநாபன்.

கீர்த்திவாசன் ஆழமாக மூச்சை இழுத்துவிட்டுக்கொண்டார். பிறகு சொல்ல ஆரம்பித்தார்.

வண்டி செங்கல்பட்டை நெருங்கும்போது பொழுது விடிந்துவிட்டது. எல்லோரும் எழுந்துகொண்டார்கள். ஒவ்வொருவராகக் காலைக்கடன்களை முடித்துவிட்டு வந்து உட்கார்ந்தார்கள். நடுப்படுக்கையில் படுத்திருந்த பத்மநாபன் அயர்ந்து தூங்கிக்கொண்டிருந்தார். அவரை எழுப்ப யாருக்கும் மனம் வரவில்லை. அவர் எழுந்த பிறகுதான் நடுப்படுக்கையை அகற்றிவிட்டுக் கீழ் இருக்கையில் வசதியாக உட்கார முடியும் என்பதால் சிலர் அவர் எழுவதற்காகக் காத்திருந்தார்கள். உட்கார இடமில்லாமல் அவர்கள் கஷ்டப்படுவதைக் கண்ட கிருத்திகா அப்பாவை எழுப்பட்டுமா என்று கேட்டாள். வேண்டாம், தூங்கட்டும் என்றார்கள். வழக்கமாக சீக்கிரம் எழுந்திருப்பவர் எப்போதாவது இப்படித் தூங்குவது நல்லதுதானே என்றார்கள்.

பத்மநாபன் எழுந்துவிடக் கூடாது என்னும் கவனத்துடன் எல்லோரும் மெல்லிய குரலில் பேசிக்கொண்டிருந்தார்கள். வழக்கம்போல சினிமா, கிரிக்கெட், அரசியல் என்று கலவை யாகப் பேச்சு நடந்தது. கோலி அந்த ஷாட் அடிச்சிருக்கலன்னா இந்தியா நேத்து வின் பண்ணியிருக்கும் என்றான் கிருத்திகாவின் அத்தை பையன் கிருஷ்ணன். அந்த ஒரு ஷாட்தான் காரணம்னா மத்தவங்கல்லாம் டீம்ல எதுக்கு இருக்காங்களாம் என்றாள் கிருத்திகா. லூசு மாதிரி பேசாத, எல்லா மேச்சுலயும் எல்லாரும் நல்லா ஆடிட முடியுமா, ஒரு மேச்சுல யாரு நல்ல ஃபாம்ல இருக்கானோ அவன்தான் வின் பண்ணிக் குடுக்கணும் என்றான் கிருஷ்ணன். நீதான் லூசு. மத்த பேட்ஸ்மென் யாரும் டபுள் டிஜிட்டக்கூட தாண்டல, 55 அடிச்சவன கொற சொல்ல வந்துட்ட. கேட்டா ஃபாமு மண்ணாங்கட்டின்னு சாக்கு என்றாள்

வெல்கம் டு மில்லெனியம் ௧ 27 ௲

கிருத்திகா. இதப் பாரேன் என்று முத்துக்கிருஷ்ணன் ஏதோ ஒரு செய்தியைத் தன் மொபைலில் காட்ட, பேச்சு திசைமாறியது.

இவ பார்ரா, கல்யாணத்துக்கு அப்பறம் திரும்ப நடிக்க ஆரம்பிச்சிட்டா என்று வேம்பு முத்துக்கிருஷ்ணனிடம் சொல்ல, ரொம்ப முக்கியம் என்று வேம்புவின் அப்பா கீர்த்திவாசன் சிரித்தார். உண்மையைச் சொல்லுங்கப்பா, இவ நடிச்ச படம்னா நீங்க உக்காந்த எடத்த விட்டு எந்திரிக்க மாட்டீங்கல்ல என்றான் வேம்பு. கிருத்திகா அதைக் கேட்டுச் சிரிப்பதைப் பார்த்த கீர்த்திவாசன் சற்றே வெட்கத்துடன் அவ நல்ல ஆக்டர் என்றார். அவ திரும்ப நடிக்க வர்ரதுல உங்களுக்கு சந்தோஷம்தானே என்றான் வேம்பு. கீர்த்திவாசன் பாதுகாப்பாகப் புன்னகையுடன் நிறுத்திக்கொண்டார்.

அப்போதுதான் பத்மநாபனிடமிருந்து ஏதோ சத்தம் வந்தது. அவர் எழுந்துவிட்டாரோ என்று எல்லோரும் அவரைத் திரும்பிப் பார்த்தார்கள். அவர் தூங்கிக்கொண்டுதான் இருந்தார். ஆனால், பேசினார். எல்லோரும் அவர் சொல்வதைக் கூர்ந்து கவனித்தார்கள். பேரழகி எனப் பெயர்பெற்ற சமகால முன்னணி நடிகை ஒருவரின் பெயரைச் சொன்னார். இவர் அந்தப் பெயரைச் சொன்னதில் எல்லோருக்கும் ஆச்சரியம். அடுத்து அவர் சொன்ன வார்த்தைகள் அவர்களுடைய ஆச்சரியத்தைப் போக்கி அதிர்ச்சியில் உறைய வைத்தன. அதை அவர் திரும்பத் திரும்ப நான்கைந்து முறை சொன்னார். கடைசி இரண்டு முறை மிகவும் வித்தியாசமான தொனியிலும் அழுத்தத்துடனும் சொன்னார். அப்போது அவர் கைகள் தாறுமாறாக ஆடிக்கொண்டிருந்தன. அந்த நடிகையின் பெயரைச் சொன்னவர் அதையடுத்து, கூதி, அவ கூதிய … என்றார் தெளிவாக.

உயிர் எழுத்து, ஜூன் 2023

2

விருது

காலையில் எழுந்ததிலிருந்தே மனம் உற்சாக மாக இருந்தது. அலுவலகத்தில் என்னுடைய அணியைப் பாராட்டி விருதளிக்கிறார்கள். நிர்வாக இயக்குநரும் மனிதவள மேம்பாட்டுத் துறை மேலாளரும் எங்களைப் பாராட்டிப் பேசுவார்கள். அதற்கு முன்பு எங்களுடைய முயற்சிகள், திட்டங்கள் பற்றி நாங்கள் ஐவரும் ஆளுக்கு ஐந்து நிமிடம் பேச வாய்ப்புக் கிடைக்கும். சென்னை வெயிலைப் பொருட்படுத்தாமல் நாய்போல அலைந்ததற்கும் வெறும் அலைச்சலை மட்டும் நம்பாமல் திட்டமிட்டு வேலை செய்ததற்கும் கிடைக்கும் அங்கீகாரம் இது. இதுவரை எத்தனையோ நிறுவனங்களுக்காக இப்படிப்பட்ட உழைப்பைக் கொடுத்திருக்கிறேன். உருப்படாத தயாரிப்புகள், சேவைகளையெல்லாம் தொண்டை வறளும் அளவிற்குப் பேசிப் பேசி விற்றிருக்கிறேன். விற்கும் சரக்கு பயனற்றது என்று தெரிந்தும் அதன் சிறப்புக்களை எடுத்துச் சொல்லக் கற்பனை வளம் அதிகம் வேண்டும். மனசுக்குள் துளிக்கூட எட்டிப் பார்க்காத சிரிப்பை உதட்டில் கொண்டுவரப் பெரும் மெனக்கெடல் வேண்டும். இல்லாத தன்னம்பிக்கையைக் குரலில் பிரதிபலிக்க அபாரமான நடிப்புத் திறன் வேண்டும். இத்தனைக்கும் பிறகு, ப்ரோஷரைக் குடுத்துட்டுப் போங்க சார், தேவைப்படும்போது கூப்பிடுவோம் என்கிற பதில்தான் பெரும்பாலும் வரும். விசிட்டிங் கார்டுல போன் நம்பர் இருக்குல்ல, கூப்பிடுறேன் சார் என்பார்கள். உங்க ப்ரோஷரை அட்டாச் பண்ணி மெயில்ல அனுப்புங்க, டீம்ல டிஸ்கஸ்

பண்ணிட்டு சொல்றோம் என்பார்கள். சொல்லும் விதத்திலிருந்தே அதுவே அவர்களுடனான கடைசிச் சந்திப்பு என்பது தெரிந்து விடும். பிறகு எத்தனை முறை ஃபோன் செய்தாலும் எடுக்க மாட்டார்கள். வேறு எண்ணிலிருந்து அழைத்தால் எடுத்துப் பேசிவிட்டு, அதான் கூப்பிட்றோம்னு சொன்னேனே சார் என்று வைத்துவிடுவார்கள். இப்படி மடியே இல்லாத மாடுகளிடம் பால் கறக்கும் முயற்சிகளால் நொந்துபோன எனக்கு இந்த நிறுவனம் பெரிய சொர்க்கமாக இருந்தது.

இந்தச் சொர்க்கத்தில் நான் நுழைவதற்குக் காரணம் சிவா சார்தான். இன்றைக்குக் கூட்டத்திற்கு அவர் வருவாரா என்று தெரியவில்லை. இதுபோன்ற கூட்டங்கள், பொதுக் கேளிக்கைகள் எல்லாம் அவருக்குப் பிடிக்காது. இப்படிப்பட்ட இடங்களுக்கு வந்தாலும் ஒட்டாமல் விலகியே இருப்பார். மது அருந்தும் பழக்கம் உண்டு என்றாலும் பொது விருந்துகளில் அருந்த மாட்டார். மது அருந்துதல் எனக்கு ரொம்பவும் பிடிக்கும். அதை அந்தரங்கமான செயலாகக் கருதுகிறேன். பெரும்பாலும் தனிமையில் அல்லது மனதுக்கு நெருக்கமான ஒருவருடன்தான் மது அருந்துவது எனக்குச் சாத்தியம் என்பார். அப்படிப்பட்டவர் ஒரே ஒருமுறை மது அருந்த என்னை அழைத்தபோது ரொம்பவும் பெருமையாக இருந்தது. அன்று மிகவும் கவனமாக, அளவோடு குடித்தேன்.

சிவா சார் உயர் நிர்வாகக் குழுவில் இல்லை. முக்கியமான முடிவுகளை எடுக்கும் இடத்தில் இல்லை. மனிதவளத் துறையில் மூத்த பொறுப்பொன்றில் இருக்கிறார். ஆனால் எம்.டி. உள்படப் பலரும் பல விஷயங்களில் அவரைக் கலந்தாலோசிப்பார்கள். இப்படிப்பட்டவர்மீது பொதுவாக எல்லோருக்கும் பொறாமை வர வேண்டும். குறிப்பாக மனிதவளத் துறை மேலாளருக்கு வந்திருக்க வேண்டும். ஆனால் வரவில்லை. இவர் தனக்குப் போட்டியாக வருவார் என்ற எண்ணமே யாருக்கும் வராது. இவரை எண்ணி யாரும் பதற்றமடைய வேண்டிய அவசியம் இருக்காது. அவரும் யாரைக் கண்டும் பதற்றமோ அச்சமோ கொள்ள மாட்டார். தன்னுடைய வேலையைத் தாண்டி வேறு எதிலும் தலையிட மாட்டார். தானாக வந்து யாராவது கேட்டா லொழிய எதைப் பற்றியும் தன் கருத்தைச் சொல்ல மாட்டார். பெரிய படிப்பாளி என்பதால் பல விஷயங்களையும் அறிந்திருந்தாலும் யாரும் கேட்காமல் எந்த ஆலோசனையும் சொல்ல மாட்டார். அந்த ஆலோசனையைக் கேட்பவர்கள் அதைப் பின்பற்றினார்களா என்று கவனிக்கவும் மாட்டார். ஓரளவு வசதியான பின்னணியைக் கொண்டவர். அவருடைய மனைவியும் நல்ல வேலையில் இருக்கிறார். ஒரே பையன்

ஜே. கிருஷ்ணமூர்த்தி அறக்கட்டளை நடத்தும் பள்ளியில் படிக்கிறான். வேலை, சம்பளம், சம்பள உயர்வு, பதவி உயர்வு என்று எதிலும் ஆர்வம் காட்ட மாட்டார். ஆனால் நிறுவனம் அவருடைய மதிப்பை, சரியாகச் சொன்னால் ஞானத்தை உணர்ந்து அவரை நல்ல நிலையில் வைத்திருக்கிறது. மனித வளம் என்பதன் பொருளை முழுமையாக உணர்ந்த அவர் பணியாளர்களின் திறனையும் மனநிலையையும் மேம்படுத்து வதற்கான திட்டங்களை வகுத்துத் தந்துகொண்டே இருப்பார். அவற்றில் பலவற்றை மேலாளர் எடுத்துக்கொள்ள மாட்டார். அதுபற்றியும் அவர் அலட்டிக்கொள்ள மாட்டார்.

அருமையான திட்டங்களை வீணடிக்கிறார்களே என்ற வருத்தம் இல்லையா என்று ஒருமுறை கேட்டேன்.

அப்படி வருத்தப்பட்டால் அந்தத் திட்டங்களை நான் சொந்தம் கொண்டாடுகிறேன் என்று அர்த்தம். உண்மையில் எதுவும் எனக்குச் சொந்தமில்லை. நான் வியாசர், ஷேக்ஸ்பியர், ராமகிருஷ்ண பரமஹம்சர், ஜே. கிருஷ்ணமூர்த்தி, நீட்ஷே என்று பலரிடம் கற்றதைத்தான் கொடுக்கிறேன். இதில் நான் சொந்தம் கொண்டாட எதுவும் இல்லை. நிராகரிப்பதால் வருத்தமும் இல்லை. மனித நடத்தை, செயல்பாடு பற்றி யோசிப்பது எனக்குப் பிடிக்கும். அது என் வேலையாகவும் அமைந்துவிட்டதில் மகிழ்ச்சி. அவ்வளவுதான். அதற்கு மேல் ஒன்றுமில்லை.

இதைக் கேட்கும்போது எனக்கு ஆச்சரியமாக இருந்தது. யோசித்துப் பார்க்கும்போது நியாயமாகவும் பட்டது. ஆனால் இன்றைய உலகில் எத்தனை பேரால் இப்படி இருக்க முடியும்? இப்படிப்பட்ட ஒருவர் எங்கள் அணியின் வேலைகளைப் பற்றிப் பாராட்டிப் பேசுவார் என்பதே எனக்கு உவகையளிப்பதாக இருந்தது. நிகழ்ச்சியில் சிவா சார், மனிதவளத் துறை மேலாளர் லாரன்ஸ் தங்கராஜ், எம்.டி. கார்த்திக் வாசுதேவன் ஆகிய மூவரும் பேசுவார்கள் என்ற செய்தி காற்றுவாக்கில் வந்தபோது உற்சாகம் பற்றிக்கொண்டது. எங்கள் ஐந்து பேருக்கும் ரொக்கப் பரிசுடன் ஒரு நினைவுப் பரிசும் உண்டு. நிகழ்ச்சிக்குப் பின் மதுபான விருந்தும் உண்டு. ஆனால் இவை எல்லாவற்றையும்விட சிவா சார் எங்களைப் பற்றிப் பேசுவார், அணித் தலைவனான என்னைப் பற்றியும் சொல்லுவார் என்ற நினைப்பே மகிழ்ச்சியைத் தந்தது. கடினமான உழைப்பு இருந்தும் பெரிய வெற்றிகளோ அங்கீகாரங்களோ பெற்றிராத எனக்கு இது புதிய அனுபவம்.

இருப்பதிலேயே நல்ல உடையாக எடுத்து அணிந்து கொண்டேன். மதுபான விருந்தில் குடிக்கவே கூடாது என்று முடிவு செய்தேன். அப்படியே குடித்தாலும் சம்பிரதாயத்திற்காகச்

சிறிதளவே குடிக்க வேண்டும் எனவும் நினைத்தேன். என்னுடைய பிரச்சினை எனக்குத் தெரியும். குடிக்க ஆரம்பித்தால் நிறுத்த முடியாது. குடிக்கக் குடிக்க வாய்க்கு வந்ததைப் பேச ஆரம்பித்து விடுவேன். சூழலைப் பற்றிய கவனமெல்லாம் போய்விடும். கெட்ட வார்த்தைகள் சரளமாகக் கொட்டும். எதிரில் இருப்பவர்களின் மீதான மரியாதை காணாமல் போய்விடும். பழைய குப்பையை யெல்லாம் கிளற ஆரம்பித்துவிடுவேன். யாராவது சமாதானப் படுத்த வந்தால் நீ என்ன பெரிய யோக்கியனா என்று அவரையும் வறுக்க ஆரம்பித்துவிடுவேன். மொத்தத்தில் அடிவாங்காமல் வீடு வந்து சேருவது கஷ்டம் என்ற நிலைக்குப் போய்விடுவேன். யாராவது இரண்டு பேர் வலுக்கட்டாயமாகக் கூட்டிவந்து அறையில் விட்டுப் போவார்கள். அடுத்த நாள் காலை ஒன்பது மணி வாக்கில் எழுந்திருக்கும்போது தலைவலி மண்டையைப் பிளக்கும். காபி சாப்பிட்டுவிட்டுக் குளியல் போட்ட பிறகுதான் முந்தைய இரவின் லீலைகள் மங்கலாக நினைவுக்கு வரும். நான் ரொம்ப கலாட்டா பண்ணிவிட்டேனா என்று சதீஷுக்கு ஃபோன் செய்து கேட்டால் அவன் அசிங்க அசிங்கமாகத் திட்ட ஆரம்பித்துவிடுவான்.

இன்று அப்படி ஆகக் கூடாது. இன்றைய நிகழ்ச்சியின் நாயகன் நான்தான். அணியில் ஐந்து பேர் இருந்தாலும் அணித் தலைவன் என்ற முறையில் எனக்குக் கூடுதல் கவனமும் பாராட்டும் கிடைக்கும். மூளையைப் பயன்படுத்தாமல் வேலை செய்யும் மற்ற நான்கு பேரையும் நான் எப்படித் தேற்றினேன் என்பது எனக்குத்தான் தெரியும். சிவா சாரைப் போல நான் பெரிய அறிவாளி கிடையாது. ஆனால் அவர் படித்த சங்கதிகளை நானும் ஓரளவு படித்திருக்கிறேன். அவரோடு அடிக்கடி விவாதிப்பேன். அதில் கிடைக்கும் வெளிச்சம் இந்த நான்கு முட்டாள்களைக் கடைத்தேற்ற எனக்கு உதவியிருக்கிறது. சிந்தனை பெரும்பாலும் அவருடையதுதான் என்றாலும் ஆட்களுக்கு ஏற்றபடி அதைச் செயல்படுத்தியது நான்தான். இது எம்.டி.க்கும் லாரன்ஸுக்கும் தெரியாவிட்டாலும் சிவா சாருக்குத் தெரியும். அவர் பேசும்போது என்னைப் பற்றிச் சொல்லாமல் இருக்கமாட்டார். சிவா சார் பாராட்டினால் எம்.டி.யும் பாராட்டுவார். அதன் பிறகுதான் இந்தக் கம்பெனியில் இருக்கும் சும்பன்களுக்கெல்லாம் நான் வெறும் வாசு இல்லை என்பது புரியும். 40 வயதாகியும் கல்யாணம் ஆகாமல், வாழ்க்கையில் நிலைபெறாமல், பொருளாதார வலுவும் இல்லாமல் இருக்கும் என்னைப் பற்றி அலுவலகத்தில் பலருக்கும் இளக்காரமான நினைப்பு இருப்பது எனக்குத் தெரியும். இள வயதைக் கடந்த ஒண்டிக்கட்டை என்பதாலேயே அலுவலகத்தில் பெண்கள் என்னிடம் நெருங்கிப் பழக மாட்டார்கள். நெருங்கினால்

விண்ணப்பம் போட்டுவிடுவேனோ என்ற பயமாக இருக்கலாம். அப்படியும் செய்திருக்கிறேன். அதில் ஒருத்தி ரொம்பச் சின்னப் பெண். பெயர் ராதா. 22 வயது இருக்கும். அவள் என்னிடம் சிரித்துச் சிரித்துப் பேசுவதைப் பார்த்து ஏமாந்துவிட்டேன். மிக விரைவில் மிக ஆழமான காதலாக என் மனதில் அவளைப் பற்றிய எண்ணம் வளர்ந்துவிட்டது. ஒருநாள் தனியாகச் சந்தித்து என் காதலைச் சொன்னபோது அவள் முகம் போன போக்கைக் கண்டு அவமானமாக இருந்தது. சாரி சார், நீங்க இப்படிப்பட்ட எண்ணத்தோடு பழகுவீங்கன்னு எதிர்பாக்கல எனறு சொல்லிவிட்டுப் பதிலுக்குக்கூடக் காத்திராமல் திரும்பிச் சென்றாள். அந்த அவமானத்திற்கு நடுவிலும் அவள் கண்களின் அழகையும் கழுத்துக்குக் கீழே அமைந்த வசீகரத்தையும் என்னால் ரசிக்காமல் இருக்க முடியவில்லை. அவள் எல்லோரிடமும் சிரித்துப் பழகுவதை அதன் பிறகுதான் கவனிக்க ஆரம்பித்தேன். ஆனால் என்னிடம் மட்டும் அப்படிப் பேசுவதை நிறுத்திக் கொண்டாள். தூரத்திலிருந்தே அவள் அழகை ரசித்துப் பொறுமுவதைத் தவிர வேறு வழியில்லை என்று ஆனது.

ராதா அதன் பிறகு அதிக நாட்கள் எங்கள் நிறுவனத்தில் நீடிக்கவில்லை. அது ஒருவிதத்தில் நிம்மதியாகவும் இருந்தது. அவளைப் பார்க்கும்போதெல்லாம் அவள் முக அழகும் உடலின் கட்டழகும் என்னைத் துன்புறுத்தியது. வேறு யாருடனோ பேசும்போது கலீரென்று அவள் சிரிப்பது என் செவிகளில் நெருப்பை அள்ளிக் கொட்டுவதுபோல் இருந்தது. ராதா போனால் என்ன, அவள் அளவுக்கு இல்லாவிட்டாலும் கல்யாணம் ஆகாத கொஞ்சம் சுமாரான அழகிகள் இன்னும் இரண்டு பேர் இருக்கிறார்கள். அவர்களிடம் விண்ணப்பத்தை நீட்ட பயமாக இருக்கிறது. இன்றிரவு நிகழ்ச்சிக்குப் பிறகு அதற்கான வாய்ப்பு உருவாகலாம்.

லாரன்ஸ் தங்கராஜ் மேலாளராக இருந்தாலும் சிவா சாரின் மதிப்பு அவருக்குத் தெரியும். அவர் தனக்குப் போட்டியில்லை என்பதால் பொது இடங்களிலும் அவருக்கு மரியாதை தருவதில் லாரன்ஸுக்குச் சிக்கல் இல்லை. தான் எவ்வளவுதான் பேசினாலும் சிவா ஐந்து நிமிடப் பேச்சிலேயே அனைவரையும் கவர்ந்துவிடுவார் என்பது தெரிந்துதான் லாரன்ஸ் சுருக்கமாகப் பேசினார் என்று எனக்குத் தோன்றியது. என் கணிப்பு சரியாக இருந்தால் அவர் எடுத்த முடிவு சரியானதுதான். தன்னுடைய உரையைக் கன சுருக்கமான அறிமுக உரையாக மாற்றிக் கொண்டார். மிகவும் சுருக்கமாக இருந்ததால் அதில் என்னைப் பற்றிச் சொல்லவில்லையே என்ற குறை எனக்குத் தோன்ற வில்லை. நிறுவனத்திற்குப் பெரும் லாபம் பெற்றுத்தரக்கூடிய

ஒப்பந்தத்தை முடித்ததில் எங்கள் அணியின் திறமை, உழைப்பு, பிடிவாதம் ஆகியவற்றைப் பாராட்டினார். யாரையும் தனியாகக் குறிப்பிட்டு அவர் பேசவில்லை. அணித் தலைவர் என்ற முறையில் என் பெயரைச் சொல்லவில்லை. 'மார்க்கெட்டிங் டீம்' என்றுதான் திரும்பத் திரும்பச் சொன்னார். இந்த அணியின் மூளையாக விளங்கிய சிவபிரசாத்தைக் குறிப்பிட்டுப் பாராட்டினார். 'விஸ்டம்', 'விஷனரி' ஆகிய சொற்கள் தாராளமாகப் புழங்கின. "இப்போது நாம் பெற்றிருக்கும் வெற்றி மகத்தானது. அந்த வெற்றி நமது வழக்கமாக மாற வேண்டுமென்றால் நம்முடைய அணுகுமுறையில் மாற்றம் வர வேண்டும். அந்த மாற்றத்தைப் பற்றி நான் சொல்வதைவிட ஞானியும் சிந்தனையாளருமான திரு. சிவபிரசாத் சொல்வதே பொருத்தமானது. எனவே இந்த இடத்தில் என் பேச்சை நிறுத்திக்கொண்டு அவருக்கு வழிவிடுகிறேன்" என்று முடித்தார் லாரன்ஸ். அரங்கம் கைத்தட்டல் களால் அதிர்ந்தது. அவருடைய பேச்சைவிடவும் அவர் சுருக்கமாகப் பேசியதற்காகத்தான் எல்லோரும் பாராட்டுகிறார்கள் என்று எனக்குத் தோன்றியது.

நானும் உற்சாகமாகக் கைதட்டியபடி சிவா சார் எழுந்து மைக்கிற்கு முன்பு வருவதைப் பார்த்துக்கொண்டிருந்தேன். இடையில் அவ்வப்போது திருமணமாகாத அந்தச் சுமார் அழகிகளையும் நோட்டம் விட்டுக்கொண்டிருந்தேன். ஒப்பனையும் உடை அலங்காரமும் அவர்களுடைய அழகைப் பத்து சதவீதமாவது கூட்டியிருந்தன. ஆனால் மாலதியின் லிப்ஸ்டிக்கின் அடர்த்தியைத்தான் சகித்துக்கொள்ள முடியவில்லை. அவளுடன் நெருக்கமாகப் பழகும் வாய்ப்பு ஏற்படும்போது கட்டாயம் இதைப் பற்றிப் பேச வேண்டும் என்று நினைத்துக்கொண்டேன். சைந்தவி முக ஒப்பனையைக் காட்டிலும் ஆடை விஷயத்தில்தான் அதிக கவனம் செலுத்தியிருந்தாள். தன்னுடைய வலிமை என்னவென்று அவளுக்குத் தெரிந்திருந்தது. இவளுடன் நட்பு இறுகினால் இதற்காகப் பாராட்ட வேண்டுமென்று நினைத்துக் கொண்டேன். அடர் உதட்டுச் சாய மாலதியா கட்டழகில் மயக்கும் சைந்தவியா, யாருக்கு அதிருஷ்டம் அடிக்கிறது என்று பார்ப்போம் என்று நினைத்தபோது அதிலுள்ள அபத்த நகைச்சுவையை எண்ணி எனக்குள் சிரிப்பு பொங்கியது. உதட்டுச் சுழிப்பில் அந்தச் சிரிப்புக்கு அணை போட்டபடி சிவா சாரின் பேச்சைக் கவனிக்கத் தொடங்கினேன்.

"இது வெற்றியைக் கொண்டாடும் தருணம். வெற்றிகள் கொண்டாடப்பட வேண்டியவை என்பதில் ஐயமில்லை. நியாயமான பெருமிதங்களும் மகிழ்ச்சியும் கொண்டாட்டமும் நம்முடைய உயர் நிலைக்கு வலு சேர்ப்பவை. ஆனால்

கொண்டாட்டங்களுக்குக் காரணமான இந்த வெற்றி நமது இலக்கல்ல என்பதை நினைவில் கொள்ள வேண்டும். இது நமது பாதையில் ஒரு மைல்கல். அதை நல்ல விதமாகக் கடந்திருக்கி றோம். அதில் மகிழ்ச்சிகொள்கிறோம். இதுபோல இன்னும் பல மைல் கற்கள் நம் பாதையில் உள்ளன. நமது நிறுவனம் மக்களின் அன்றாட வாழ்வுடன் தொடர்புகொண்ட சேவையை வழங்குகிறது. அதாவது, மக்கள் அதிகச் செலவில்லாமல் தங்கள் அன்றாட வாழ்வை மேம்படுத்திக்கொள்ள உதவுவது நம் குறிக்கோள். மேம்படுத்துதல் என வரும்போது தரத்தில் சமரசத்திற்கு இடமில்லை. தரமான சேவையைச் சிக்கனமான விலையில் வழங்குவது. இந்தச் செயல்பாட்டை வாழ்வின் பல்வேறு துறைகளுக்கும் விரித்துக்கொண்டே போவது. இதுதான் நமது இலக்கு. நமது நிறுவனம் தொடங்கி ஐந்து ஆண்டுகளில் இதுதான் முதல் கொண்டாட்டம். இத்தகைய தருணம் வருவதற்கு நாம் ஏன் ஐந்தாண்டுகள் காத்திருக்க வேண்டியிருந்தது என்னும் கேள்வியை நாம் எழுப்பிக்கொள்ள வேண்டும். இந்த வெற்றி எப்படிக் கிடைத்ததென்பதையும் இதற்கு முந்தைய அரை வெற்றிகளையும் முழுத் தோல்விகளையும் ஆழமாக அலசினால் நம்மால் மாதத்திற்கு ஒருமுறை கொண்டாடுவதற்கான காரணத்தை உருவாக்க முடியும். நிறுவனத்தில் திறமையற்றவர் என யாரும் இல்லை. போதிய உழைப்பைச் செலுத்தாதவரும் யாரும் இல்லை. திறமை, உழைப்பு ஆகியவற்றுடன் சரியான அணுகுமுறையும் சேரும்போது வேண்டிய மாற்றம் உருவாகிறது. அந்த அணுகுமுறை என்ன என்பதை விவரிக்க இது பொருத்த மான இடமல்ல. அதற்காகத் தனியே கூடிப் பேசுவோம். அனுபவங்களையும் சிந்தனைகளையும் பகிர்ந்துகொள்வோம். சரியான அணுகுமுறை என்ன என்பதைப் புரிந்துகொள்வோம். அது ஒவ்வொரு துறைக்கும் ஒவ்வொரு முயற்சிக்கும் ஏற்ப மாறுபடும் என்பதையும் புரிந்துகொள்வோம். அது தனிப்பயிற்சி. இது கொண்டாடுவதற்கான நேரம். முக்கியமான இந்த மைல் கல்லுக்கு அருகில் சற்றே அமர்ந்து இளைப்பாறிவிட்டுப் புதிய வேகத்துடன் மீண்டும் செயல்படத் தொடங்குவோம். பேச வாய்ப்பளித்தமைக்கு நன்றி."

கைத்தட்டல்கள் அடங்க இரண்டு நிமிடங்கள் ஆயின. நானும் கை தட்டினேன். மற்றவர்கள் அனைவரும் சட்டென்று தங்கள் கைத்தட்டலை நிறுத்தியிருந்தால் என் கைகளின் இணைப்பில் ஓசை வரவில்லை என்பது அம்பலமாகியிருக்கும். மனதின் வெறுமையைக் கைகள் எதிரொலித்தன. சிவா சார் தத்துவவாதி. அவர் இப்படித்தான் பேசுவார் என்பது தெரியும். ஆனால் ஒருமுறைகூட, ஒரே ஒருமுறைகூட எங்கள் அணியைப் பற்றி,

என் தலைமையைப் பற்றிக் குறிப்பிடக் கூடாதா? எத்தனை முறை இந்தத் திட்டம் பற்றி அவரிடம் விவாதித்திருக்கிறேன். அவர் தந்த யோசனைகளின் மீது என்னுடைய எண்ணங்களைச் சொன்னபோது எத்தனை முறை பாராட்டியிருக்கிறார். நீங்கள் மாறினால் உங்கள் அணி மாறும். உங்கள் அணுகுமுறையும் செயல்பாடும்தான் உங்கள் அணிக்குப் பரவும். உங்கள் உண்மை யான திறனை உணரும்போது உங்களுடைய மேம்பட்ட வடிவமாக நீங்கள் ஆகியிருப்பீர்கள். அந்த வடிவம் தானாகவே மற்றவர்களுக்கு உத்வேகமூட்டும் என்றார். அடுத்தடுத்த சந்திப்புகளில் என்னிடம் கணிசமான வளர்ச்சி தெரிகிறது என்றார். இதைப் பற்றியெல்லாம் சொல்ல அவருக்கு ஒரு வார்த்தைகூடக் கிடைக்கவில்லையா? தத்துவ ஞானி என்றால் சக மனிதனின் வளர்ச்சியை உணரத் தெரியாத மரக்கட்டையா? கைத்தட்டல் ஓசை அடங்கும்போது கவனமாக என் கைகளையும் தாழ்த்திக்கொண்டேன்.

அடுத்து எம்.டி.யின் பேச்சு. இவர் சிவா சாரைப் போலத் தத்துவ ஞானி அல்லர். நடைமுறைவாதி. அணுகுமுறையில் மாற்றம், உளநிலையில் சலனம் என்றெல்லாம் பேச மாட்டார். வெற்றியைக் கொண்டுவந்த எங்களைப் பாராட்டுவார். கூட்டம் தொடங்குவதற்கு முன்பு என்னைக் கடந்து சென்றவர் நின்று திரும்பி எனக்குக் கைகொடுத்துத் தோளில் தட்டிக்கொடுத்து விட்டுப் போனார். அந்த ஷொட்டு அவர் பேச்சிலும் கிடைக்காதா என்ன?

கிடைத்தது. ஒன்றல்ல; பல ஷொட்டுக்கள். அத்தனையும் சிவ பிரசாத் என்னும் தீர்க்கதரிசிக்கு. சிவபிரசாத் என்னும் நவீன குருநாதருக்கு. சிவபிரசாத் என்னும் லட்சியப் பார்வை கொண்டவருக்கு; சிவபிரசாத் என்னும் மனிதர்களின் மனங்களையும் குணங்களையும் மாற்றும் ரசவாதிக்கு. இதற்கெல்லாம் பொறுக்கி எடுத்த ஆங்கிலச் சொற்களை அவர் பயன்படுத்தினார். Foresight, Visionary, Modern Guru, Catelist, Game Changer என்றெல்லாம் அடுக்கினார். மொத்த அலுவலகமும் அர்ஜுனன் என்றும் அவரைக் கிருஷ்ணன் என்றும் சொல்லித் தன் பேச்சை முடித்தார். எம்.டி. பேச்சு அல்லவா மூன்று நிமிடங்கள் கைத்தட்டல்கள் அதிர்ந்தன. கை வலிக்கப் போகிறது தோழர்களே. பிறகு எப்படிச் சாப்பிடுவீர்கள்? எப்படிக் கோப்பையை ஏந்துவீர்கள்? எப்படித் தளுக்காகக் கட்டிப் பிடித்துக்கொள்வீர்கள்?

எங்கள் அணியினர் ஐவருக்கும் ரொக்கப் பரிசும் பட்டயமும் கொடுத்தார்கள். அடர் சிவப்பு நிறத்தில் புடவையும் கையில்லாத ரவிக்கையும் அதே நிறத்தில் அடர்த்தியான உதட்டுச் சாயமும்

அணிந்திருந்த எம்.டி.யின் மனைவி எங்களுக்கு விருதுகளை வழங்கினார். ஒளிப்பதிவுக் கருவிகள் பளிச்சிட்டன. அந்த அம்மையாரின் விரல் நகங்களிலும் செந்நிறப் பூச்சு இருந்தது. விருதை அளித்துவிட்டுக் கை குலுக்குவார் என்று எதிர்பார்த்தேன். வயதானாலும் முன்னாள் அழகி அல்லவா. அவர் கையை ஸ்பரிசிக்கும் வாய்ப்புக் கிடைக்கும் என்று நினைத்தேன். ஆனால் அவர் கையெடுத்துக் கும்பிட்டு இந்தியப் பண்பாட்டைக் காப்பாற்றினார். தாமரை ஒருநாள் மலர்ந்தே தீரும்.

லாரன்ஸ் தங்கராஜுக்கும் சிவா சாருக்கும் சற்றே பெரிய பட்டயங்கள். அவர்களுக்கு விருதளிக்கும்போது எம்.டி.யும் இணைந்துகொண்டார். இருவரிடமும் ஒரு நிமிடம் குசுகுசுவென்று பேசினார். ஒளிப்பதிவுக் கருவிகளுக்குக் கொண்டாட்டம். அடுத்த ஆண்டு நிறுவன இதழின் அட்டையில் இந்தக் காட்சி வந்தாலும் வியப்பதற்கில்லை. அதில் ஒரு பக்கத்தில் என் படமும் இடம்பெறும். தலைமுடியைச் சீவும்போது உதிரும் மயிர்க் கற்றைகளைப் பத்திரமாக எடுத்து வைக்க வேண்டும். அந்தப் பக்கத்தில் ஒட்டிவைத்து அழகு பார்க்கலாம்.

அதற்குள் சிலர் மதுபான மூலைக்குச் செல்லத் தொடங்கி யிருந்தார்கள். நானும் அவர்களுடன் சேர்ந்துகொண்டேன். இருப்பதிலேயே அதிக காட்டமான மதுவகையை முழுக் கோப்பையிலும் ஊற்றிக்கொண்டு கூடவே காராசேவையும் அள்ளிக்கொண்டு ஒரு மூலையில் போய் உட்கார்ந்தேன். டையை உருவிக் கால்சட்டைப் பைக்குள் சுருட்டிவைத்தேன். ஒரு மிடறு உள்ளே போனதும்தான் படபடப்பு அடங்கியது. தூரத்தில் எம்.டி. கோப்பையை உயர்த்தியபடி மது விருந்துக்கான வாழ்த்துச் செய்தி என்று எதையோ சொல்லிக்கொண்டிருந்தார். ஒளிப்பதிவாள அடிமைகள் நின்றும் மண்டியிட்டும் படம் எடுத்துக்கொண்டிருந்தார்கள். எம்.டி., அவர் மனைவி, லாரன்ஸ், சிவா சார் ஆகிய நால்வரும் கோப்பையை உயர்த்திக் காட்டி விட்டுக் கிளம்பிவிட்டார்கள். நான் பொறுமையாக நடந்து சென்று இன்னொரு கோப்பையை நிரப்பிக்கொண்டு ஒரு தட்டில் சிக்கன் உருண்டைகளை எடுத்துக்கொண்டு வந்து உட்கார்ந்தேன். உதட்டுச் சாய அழகியையும் உடையலங்காரியையும் காணவில்லை.

எவ்வளவு குடித்தேன், என்ன சாப்பிட்டேன், யாரிடம் என்ன உளறினேன் என்பதெல்லாம் நினைவில்லை. காலை பதினோரு மணிக்கு சதீஷ் /போனில் அழைத்து, "ஏண்டா கூமுட்ட, குடிக்கறதுக்கு உனக்கு வேற எடமோ நேரமோ கெடைக்கலயாடா மடக்கூ" என்று பேசத் தொடங்கினான். முற்றிலும் தூக்கம் கலையாத நிலையில், "என்ன விஷயம்னு சொல்றா மயிறு"

என்றேன். “டேய் பன்னாட, ஃபோன்லயே எல்லா விவரம் மயிறும் சொல்ல முடியாது. குளிச்சிட்டு ரெடியாகு. ஒரு மணிக்கு வரேன்” என்று சொல்லிவிட்டு அழைப்பைத் துண்டித்தான்.

ஆந்திரா மெஸ்ஸுக்குப் போய் உட்கார்ந்து சாப்பிட ஆரம்பித்த பிறகு சதீஷ் விவரம் சொல்ல ஆரம்பித்தான். நான் கலப்படமற்ற காட்டமான சரக்கில் மூன்று கோப்பைகளை உள்ளே தள்ளிவிட்டு மேஜையிலிருந்து எழுந்தேனாம். பார்க்கிறவர்களிடமெல்லாம் குட்மார்னிங் மேடம், குட்ஈவினிங் சார், விஷனரின்னா என்ன அர்த்தம் என்று கேட்டேனாம். ஃபோர்சைட், ஆட்டிட்யூட், ஸ்ட்ராட்டஜி, மோல்டிங் த மைண்ட் என்றெல்லாம் சொல்லிச் சொல்லி அர்த்தம் கேட்டேனாம். சிரித்தபடி தவிர்க்கப் பார்த்தவர்களை, பதில் சொல்லிட்டு போடா பாடு என்று சொன்னேனாம். எல்லோருமே விலகிப் போனதும் நடுக்கூடத்தில் நின்றபடி ங்கோத்தா உழைப்புக்கு மதிப்பில்லடா இங்க. விஷனாம் மோல்டிங்காம், மயிறு. த்தூ ... என்று பேச ஆரம்பித்ததும் சதீஷும் இன்னும் சிலரும் வலுக்கட்டாயமாக என்னை இழுத்துச் சென்று ஆட்டோவில் திணித்து ஐஸ் ஹவுஸுக்கு அருகிலிருக்கும் என்னுடைய மேன்ஷன் அறையில் கொண்டுவந்து போட்டார்களாம். கோபி என் பாக்கெட்டிலிருந்து சாவியை எடுத்து, வண்டியைக் கொண்டுவந்து மேன்ஷனில் விட்டிருக்கிறான்.

மூன்றாவது முறையாகச் சோறு வாங்கிக்கொண்டு அதில் சாம்பாரை ஊற்றிப் பிசைய ஆரம்பித்தேன். என்னையே பார்த்துக்கொண்டிருந்த சதீஷ், “உனக்குக் கொஞ்சம்கூட அறிவே இல்லையாடா?” என்றான். பதில் பேசாமல் சாப்பிட்டுக்கொண்டிருந்தேன். மீண்டும் சோறு வாங்கி ரசம் ஊற்றிக்கொண்டேன். ஒரு ஆம்லெட் போடச் சொன்னேன். ரசம் சாதம் சாப்பிட்டதும் தயிருக்குச் சோறு போட வந்த பையனிடம் வேண்டாமென்று சொல்லிவிட்டுத் தயிரில் சர்க்கரை கலந்து பொறுமையாகச் சாப்பிட்டேன். சதீஷ் கொதித்துக்கொண் டிருப்பது தெரிந்தது. ஆனால் அவன் கோபித்துக்கொண்டு போய்விடமாட்டான். என்னை நன்றாக அறிந்தவன். பல நெருக்கடிகளில் உதவியிருக்கிறான். சினிமா போவதாக இருந்தால் என்னைத்தான் கூட்டிக்கொண்டு போவான். நான் காட்சிக்குக் காட்சி படத்தைக் கழுவி ஊற்றுவதை ரசிப்பான். திரையரங்குக்குப் போனாலும் உணவகம் போனாலும் அவன்தான் செலவழிப்பான். நிறுவனத்தில் கொள்முதல் துறையில் மூத்த அதிகாரி அவன். எப்படியோ என்மீது அன்பும் அனுதாபமும் அவனுக்கு ஏற்பட்டுவிட்டது. அவன் மனைவிக்கு என்னை அவ்வளவாகப் பிடிக்காது என்றாலும் அவ்வப்போது

வீட்டுக்குக் கூட்டிச்சென்று சாப்பிடச் சொல்லுவான். அவன் மனைவி அபாரமாகச் சமைப்பாள். அநியாயத்துக்கு அழகாக இருப்பாள். நண்பனின் மனைவி என்ற கவனத்துடன் இருந்தாலும் ஒண்டிக்கட்டை ஆணின் கண்களுக்குக் கடிவாளம் போட்டுவிட முடியுமா? எதிரில் இருப்பவரின் கண்கள் எங்கே போகின்றன என்பதை அறியாத அழகிகளும் உலகத்தில் உண்டா? அதனால்தான் அவளுக்கு என்னைப் பிடிக்கவில்லை. ஆனால் சதீஷ் கொஞ்சம் அப்பாவி. ரொம்ப நல்லவன். நான் நன்றாகச் சாப்பிடுகிறேனா என்றுதான் கவனிப்பான்.

சாப்பிட்டு முடித்துவிட்டுப் பக்கத்தில் இருந்த பூங்காவுக்குச் சென்று உட்கார்ந்தோம். நிறைவான உணவு தரும் மனநிறைவைச் சிறிது நேரம் கண்களை மூடியபடி மௌனமாக அனுபவித்தேன். சதிஷும் உடன் இருப்பது சில நிமிடங்களுக்குப் பிறகே உறைத்தது. கண்களைத் திறக்காதே என்று சொல்லும் தூக்கத்தை விரட்டிவிட்டுக் கண்களைத் திறந்தேன்.

“இன்னிக்கு லீவு போட்டுருக்கியா?” என்றேன்.

“நீயும் ஆஃபீஸ் போகல. நானும் ஆஃபீஸ் போகல. ஆனா நீ லீவான்னு உன்னைப் பாத்து நான் கேக்கல பத்தியா?”

“நல்லா பேசறடா மாப்ள.”

“பாராட்டு மசுருல்லாம் இருக்கட்டும். என்னடா பண்ண போற?”

“வேற வேல பாக்க வேண்டியதுதான்.”

“நேத்துதான் பெஸ்ட் பர்ஃபாமன்ஸுக்காக விருது. இன்னிக்கு ரிசிக்னேஷன். பெரிய கொடுமடா உன்னோட.”

“அந்த விருதப் பத்தி பேசாதடா. அசிங்க அசிங்கமா வாய்ல வருது.”

“அதுல என்னடா பிரச்சன? நீ குடிச்சிட்டு ஆட்டம் போட்டதுதானடா பிரச்சனை?”

“ஏங் குடிச்சேன்னு தெரியுமா?”

“நீதான் பாட்டில கண்டா நாக்க தொங்க போட்டுகிட்டு நாய் மாதிரி ஓடுவியே.”

“ஆமாண்டா. ஓடுவேன். ஆனா ஆஃபீஸ் பார்ட்டில எப்டி நடந்துக்கணும்னு எனக்குத் தெரியாதா? இன் ஃபாக்ட் நேத்து குடிக்கவே கூடாதுன்னு இருந்தண்டா. ரொம்ப சந்தோஷமா இருந்தண்டா. ரொம்ப உற்சாகமா...”

“டேய்... டேய்...” சதீஷ் என் தோள்களை அணைத்து உலுக்கினான். “என்னடா திடீர்னு அழற?” என்றான். சற்றே என் முகத்தருகே நெருங்கி முகர்ந்து பார்த்தான்.

“தண்ணியெல்லாம் அடிக்கலடா...” என்றேன் கண்களைத் துடைத்தபடி.

“நீ இப்படி அழுது நான் பாத்ததேயில்லயேடா...” சதீஷின் குரல் இடறியது. சிறிது நேரம் மௌனமாக இருந்து என் உணர்வுகளின் சக்தியை மீட்டுக்கொண்டேன். கழிவறைக்குப் பக்கத்தில் இருந்த குழாயில் முகத்தைக் கழுவிக்கொண்டு வந்தேன். நேற்று இருந்த மனநிலையையும் என்னுடைய ஏமாற்றத்தையும் சொன்னேன். பொறுமையாகக் கேட்டுக்கொண்டிருந்த சதீஷ், “இதெல்லாம் ஒரு மேட்டராடா? கார்ப்பரேட் ஸ்ட்ரக்சர்ல இதெல்லாம் சகஜண்டா. கீழ இருக்கறவனுக்கு இன்சன்ட்டிவ் குடுப்பாங்க,இன்க்ரிமென்ட் குடுப்பாங்க.சில சமயம் அவார்டுகூட குடுப்பாங்க. ஆனா கிரெடிட் யாருக்குப் போகணும்ன்றதுல தெளிவா இருப்பாங்க. இதுகூடத் தெரியாதாடா ஒனக்கு?” என்றான்.

“அது இல்லடா சதீஷ். நா இந்த ப்ராஜக்டுக்காகக் கடுமையா ஒழச்சிருக்கேண்டா. நாயா அலைஞ்சேண்டா. டீம் மெம்பர்ஸ்கிட்டல்லாம் ராத்திரி பத்து பதினோரு மணிக்கெல்லாம் கான் கால் போட்டு பேசுவண்டா. அவனுங்களுக்கு ஃபீல்டுல என்ன ப்ராப்ளம்னு பாத்து பாத்து சரி பண்ணினேண்டா. பல நாள் பசங்களுக்கு லஞ்ச் வாங்கிக் குடுத்துருக்கேன். சேல்ஸ் மேனேஜர கண்டாலே பசங்க நடுங்குவாங்க. அவருகிட்ட நான்தான் பேசுவேன். இந்த ப்ராஜக்டுக்காக அவ்ளோ ஒழச்சேண்டா...”

“அதுக்குதானடா கேஷ் ப்ரைஸும் அவார்டும் கொடுத்தாங்க. வாங்கினு மூடிட்டு போக வேண்டியத்தானடா. என்ன மயித்துக்குடா பாராட்டுல்லாம் எதிர்பாக்கற?”

“இந்த பத்தாயிரம் ரூபா எனக்குப் பெரிய அமவுண்டு தான். ஆனா ரெகக்னிஷன்றது அதவிட பெரிசுடா. லாரன்ஸும் எம்.டி.யும் சிவா சாரை எப்படிப் பாராட்னாங்க பாத்தல்ல. புகழெல்லாம் விரும்பாதவர்னு நெனைக்கறோமே அந்த சிவா சார் மூஞ்சிய அப்ப பாத்தியாடா? யார்ரா சொன்னது பாராட்டு முக்கியமில்லன்னு? முக்கியண்டா. ரொம்ப முக்கியண்டா. அதோட கம்பேர் பண்ணா இந்த கேஷ் ப்ரைஸ் ஜஸ்ட் நத்திங்...” என்று சொல்லிவிட்டு சதீஷ் பாக்கெட்டிலிருந்து சிகரெட்டையும் லைட்டரையும் எடுத்துப் பற்றவைத்தேன். “ஒண்ணே ஒண்ணுதான் இருக்குடா” என்று சொல்லிவிட்டு சிகரெட்டை வாங்கி இரண்டு

இழுப்பு இழுத்துவிட்டுத் தந்தான். “போற வழில வாங்கிக் கலாண்டா” மயிறு” என்று புகையை ஆழமாக உள்ளிழுத்து மெதுவாக வெளியே விட்டேன். சிகரெட்டை அவன் கையில் கொடுத்தேன்.

“நான் இந்த ப்ராஜக்ட்ல எந்த அளவுக்கு ஒடம்பாலயும் மனசாலயும் ஈடுபட்டேன்னு சேல்ஸ் மேனேஜருக்குக்கூட தெரியாதுடா. டார்கெட் குடுத்து ஸ்ட்ராட்டஜிய டிஸ்கஸ் பண்ணி ஃபைனலைஸ் பண்ணினதோட அவனோட வேல முடிஞ்சிடிச்சி. நடுவுல ஏதாவது சந்தேகம் கேட்டாலோ டிஸ்கஸ் பண்ணணும்னு சொன்னாலோ ஸ்கூல் பசங்க ப்ராஜக்ட் பண்றா மாதிரி பண்ணாதீங்க வாசு. பீ ரெஸ்பான்சிபிள். டேக் ரெஸ்பான்சிபிலிடி. ட்ரபுள் வந்தா டீம்ல பேசி சால்வ் பண்ணுங்க. பசங்க சரியில்லன்னா ஹெச்.ஆர்.கிட்ட பேசுங்க. ஆட்டிட்யூட், அப்ரோச் இந்த மாதிரி பிரச்சனயா இருந்தா இருக்கவே இருக்காரு நம்ம கம்பெனி சாமியார் சிவா. அவர்கிட்ட போங்க. ஐ வாண்ட் டெலிவரி. எப்படிப் பண்ணுவீங்களோ தெரியாது. முடியாதுன்னா இப்பவே சொல்லிடுங்க, நான் டைரக்டா டீல் பண்ணிக்கறேன். அப்டீன்னு சொல்லிட்டான் அந்த நாறப்பய. நா சிவா சாரோட டிஸ்கஸ் பண்ணி டிஸ்கஸ் பண்ணிதான் ப்ரோக்ரஸ் வந்தது. அவர் செஞ்ச உதவி பெரிசு. ஆனா அதுல என் பங்கு முக்கியமானதுடா. அது அவருக்கும் தெரியும். இந்த ப்ராஜக்ட்ல நானே எந்த அளவு மாறியிருக்கேன்னு அவருக்குத் தெரியும். அவர் என்னோட வெல்விஷர். மென்ட்டார். அவருகூட என்னப் பத்தி ஒரு வார்த்த சொல்லலடா. மத்தவங்க அவர பாராட்டும்போது இதுக்கெல்லாம் வாசுதேவனும் காரணம்னு அவர் ஒரு வார்த்தை சொல்லியிருக்கலாம். அத நெனச்சாதாண்டா தாங்க முடியல.”

சதீஷின் கையில் மிச்சமிருந்த சிகரெட் துண்டை வாங்கி அதைப் புகைத்து முடித்தேன். கொஞ்சநேரம் கழித்து சதீஷ் கேட்டான், “இப்ப என்ன பண்ண போற?”

“நீ சொல்றத பாத்தா நேத்து பெரிய சீன் நடந்துருக்கு. இன்னேரம் மேட்டர் எம்.டி.வரைக்கும் போயிருக்கும். இனிமே நா இங்க இருக்கறது மரியாத இல்ல.”

“பார்ட்டில சீனாகறதெல்லாம் பெரிய விஷயமாடா? ஹெச்.ஆர். கிட்ட அபாலஜி லெட்டர் குடுத்துட்டு பேசாம டூட்டிக்கு வாடா. இந்த சம்பளத்துல உனக்கு உடனே எங்கயும் வேலை கிடைக்காது. இது நல்ல கம்பெனிடா. இப்பல்லாம் ரெக்ரூட் பண்ணும்போது ப்ரீவியஸ் கம்பெனி ஹெச்.ஆர். கிட்ட பேசிட்டுதாண்டா ரெக்ரூட் பண்றான்.”

"தெரியுண்டா. ரிசைன் பண்ணிட்டு சைலன்டா ஒரு மாசம் ஊருக்கு போயிடுவேன். திரும்பி வந்து வேலை தேடலாம். லாரன்ஸ் கிட்ட ரிக்வெஸ்ட் பண்ணி நல்ல ரிப்போர்ட் குடுக்க சொல்லலாம். மார்க்கெட்டிங்தானடா, வேல கிடைக்காமலா போயிடும்?"

"கெடைக்குண்டா. ஆனா, நல்ல கம்பெனில அவ்வளோ ஈஸியா கெடைக்காது. அவசரப்பட்டு முடிவு பண்ணாதடா. கைல இருக்கற காசு செலவாச்சுனா குண்டி காய வேண்டியதுதான். நா வேணா லாரன்ஸ்கிட்ட பேசறேன்."

"அதெல்லாம் வேணாண்டா."

"இல்லாட்டி சிவா சார் கிட்டயே பேசவா?"

"வேணவே வேணாம். அவருகிட்ட என் பேச்சையே எடுக்காத."

ஆனால் சதீஷ் என் பேச்சைக் கேட்கவில்லை. எனக்குத் தெரியாமல் சிவா சாரைப் போய்ப் பார்த்திருக்கிறான். அவர் வழக்கம்போலப் பொறுமையாக எல்லாவற்றையும் கேட்டுவிட்டுத் தன்னுடைய கருத்தைச் சொல்லியிருக்கிறார்.

"வாசு நல்ல ஒர்க்கர். நைஸ் பர்சன். கத்துக்கறதுல ஆர்வமுள்ள மனுஷன். நெறைய டேலன்ட்ஸ் இருக்கு. யுனீக்கான ஐடியாஸ் இருக்கு. யாராவது ப்ராப்பரா கெய்ட் பண்ணினா நல்லா பர்ஃபார்ம் பண்ணுவார். அவரா எதுவும் பண்ண மாட்டார். ஏன்னா அவருக்கு மோட்டிவேஷன் கிடையாது. வாழ்க்கையில் ஆழமான பிடிப்போ லட்சியங்களோ கிடையாது. ஆசைகள் இருக்கு. ஆனால் பொறுப்புகளை ஏற்காமல் ஆசைகளை நிறைவேத்திக்க முடியாது. எதையுமே சாதிக்காமல் எதையும் எதிர்பார்க்க முடியாது. எதைச் செய்யறதுக்கும் சொல்றதுக்கும் நேரம், சூழல் எல்லாம் முக்கியம். வாசு இதுல ரொம்ப வீக். அவருக்குக் கூர்மையான மூளை இருக்கு. எல்லாரைப் பத்தியும் எல்லாத்தப் பத்தியும் விமர்சனம் இருக்கு. ஆனா விமர்சனம் பண்றதுக்கு ஒரு முறை இருக்கு. இடம், நேரம் இருக்கு. வாசுதேவனுக்கு இதெல்லாம் தெரியாது. சொன்னாலும் புரிஞ்சிக்க மாட்டார். பொறுப்பு இல்லை. லட்சியம் இல்லை. பிடிப்பு இல்லை. இங்கிதம் இல்லை. மூளை இருக்கு. கூர்மையான நாக்கு இருக்கு. இப்படி இருந்தா அனர்த்தம்தான் விளையும். இந்த ப்ராஜக்ட்ல அவரோட பங்கு முக்கியமானதுதான். ஆனா அவர்கிட்ட இதை முழுசா குடுத்திருந்தா பெரிய டிசாஸ்டர் ஆகியிருக்கும். ஏன்னா அவருக்கு மத்தவங்களைக் கையாளும் பக்குவம் இல்லை. முழுக்க முழுக்க நானும் லாரன்ஸும் சேல்ஸ்

மேனேஜரும் பேக்–அப் பண்ணினதுனாலதான் இது நடந்தது. மேனேஜ்மென்ட்டுக்கு இது நல்லா தெரியும். வாசு ஒரு கருவி மட்டும்தான். அதைப் பயன்படுத்தினது நாங்க. இதெல்லாம் வாசுவுக்குப் புரியாது; புரியவைக்கவும் முடியாது. ஆனா என்னால ஒண்ணும் செய்ய முடியாது. ஏன்னா என்னால பொய் சொல்ல முடியாது. இப்ப அவரைப் பாத்து பேசறதும் வேஸ்ட். கொஞ்ச நாள் கழிச்சி பாத்தா அவரோட மனக் கொதிப்பு அடங்கியிருக்கும். காது கொஞ்சம் திறந்திருக்கும். வேலை விஷயமா வேண்ணா நான் எம்.டி. கிட்ட பேசறேன். பார்ட்டில யாராவது மிஸ்பிஹேவ் பண்றது ஒண்ணும் புதுசு கிடையாது. அபாலஜி வாங்கித் தர்றது கஷ்டமில்லை."

நான் சதீஷை நேருக்கு நேராகப் பார்த்தேன். "பரவாயில்லயே. கிட்டத்தட்ட அவர் பேசறா மாதிரியே கோவையா சொல்லிட்டியே" என்றேன்.

"இந்த காம்ப்ளிமென்ட் மயிறுல்லாம் இருக்கட்டும். மொதல்ல வேலைக்கு சேர்ற வழியப் பாருடா வெண்ண."

"ரொம்ப தேங்ஸ்டா மாப்ள. நேத்துவரைக்கும்கூட அபாலஜி கேட்டுத் திரும்ப வந்துரலாமான்னு யோசிச்சேன். ஆனா சார் சொல்லறத கேட்டப்பறம் இனி இந்தக் கம்பெனி வேணாம்னு கண்டிப்பா தோணுது. அவர் என்னப் பத்தி சொன்னது பெரும்பாலும் சரிதாண்டா. ஆனால் நான் ஒண்ணும் முட்டாள் இல்ல. என்னோட மதிப்பை நிரூபிச்சிட்டு வந்து அவர பாக்கறண்டா."

சதீஷ் எதுவும் பேசாமல் திகைத்துப்போய் நின்றான்.

கையிலிருந்த பணம் விரைவில் கரைந்தது. பெரும் பகுதி கடனை அடைப்பதற்கே செலவானது. உடனடியாக வேலை தேடுவதற்கான ஊக்கம் மனதில் உருப்பெறவில்லை. பகலில் சினிமா, இரவில் குடி என்று நாட்கள் கழிந்தன. சத்யம் திரையரங்க வளாகத்தில் தொடர்ந்து மூன்று படங்கள் பார்த்துவிட்டு நன்றாகக் குடித்துவிட்டு வந்து படுத்துக்கொள்வேன். போதை தெளிந்திருந்த ஒருநாள் காலையில் ஊருக்குப் போகலாமென்று தோன்றியது. ஊருக்கு வெறுங்கையுடன் போக முடியாது. இந்த முறை அரை மாத சம்பளம்தான் வரும். அது அறை வாடகைக்கும் உணவகத்துக்கும் சரியாகப் போய்விடும். சதீஷிடம் பணம் கேட்பதைத் தவிர வேறு வழியில்லை.

அன்றிரவு முன்னறிவிப்பில்லாமல் அவன் வீட்டுக்குப் போனேன். சதீஷ் ஆச்சரியமடைந்தான். "என்னடா திடீர்னு?" என்றான். "ஊருக்கு போறண்டா. உங்க வீட்டு தோசைய சாப்டுட்டு

போலாம்னு வந்தேன்" என்றேன். வேணி எட்டிப் பார்த்துச் சிரித்தாள். கொள்ளை அழகு. "கொஞ்சம் வெயிட் பண்ணுங்க. சட்னி அரைக்கறேன்" என்றாள். "உங்க மொளகாப் பொடியே போதும்" என்றேன். ஐந்து தோசைகளைச் சாப்பிட்டுக் காபியும் குடித்துவிட்டுக் கிளம்பினேன். "கோயம்பேடு பஸ் ஸ்டாண்ட்ல கொண்டு விடுடா" என்றேன். சதீஷ் மறு பேச்சுப் பேசாமல் கிளம்பினான். வேணி சிரித்தபடி விடைகொடுத்தாள். போய்த்தொலை என்றுகூட அவள் நினைத்திருக்கலாம். அவள் சிரிப்பைப் பார்த்ததும் எனக்கு மனசு படபடவென்று அடித்துக் கொண்டது.

அடுத்து என்ன செய்யப்போகிறாய் என்று போகும் வழியெல்லாம் சதீஷ் கேட்டுக்கொண்டிருந்தான். இந்த ஒரு வேலையில்தான் இரண்டு ஆண்டுகள் தாக்குப்பிடித்திருக்கிறேன். மற்ற எல்லா இடங்களிலும் மூன்று முதல் ஆறு மாதம்வரைதான் நீடிக்கும். ஏதோ ஒரு பிரச்சினை வந்து வேலையை விட வேண்டிவரும். பாதி இடங்களில் குடிப் பிரச்சினை. சில இடங்களில் போதிய அளவு செயல்படாமை என்று சொல்லி அனுப்பிவிடுவார்கள். வேறு சில இடங்கள் உருப்படாது என்று நானே விட்டுவிட்டு வந்துவிடுவேன். அடுத்து என்ன என்ற கேள்விக்கெல்லாம் தெளிவான பதில் எதுவும் இல்லை. பட்டப் படிப்பைக்கூட முழுமையாக முடிக்காதவனுக்குச் சந்தைப்படுத்துதல் தவிர வேறென்ன வேலை கிடைக்கும்? அக்கவுண்ட்ஸ், சாஃப்ட்வேர் என்று வேறு திறமைகளையும் வளர்த்துக்கொள்ளவில்லை. செலவு செய்து படிக்கவைக்கவும் ஆள் இல்லை. அப்பா சின்ன வயதிலேயே இறந்துவிட்டார். அம்மா வீட்டு வேலை செய்து படிக்கவைத்தார். நான் கல்லூரிக்குப் போவதற்குள் உடம்புக்கு முடியாமல் படுத்துவிட்டார். இப்போது அண்ணன் வீட்டில் நடைப்பிணமாக இருக்கிறார். அண்ணன் நிலையும் சொல்லிக்கொள்கிறாற்போல இல்லை. தங்கையைக் கல்யாணம் பண்ணிக் கொடுத்த இடமும் சரியில்லை. ஒரே குடும்பத்தை இப்படிக் குறிவைத்துத் தாக்குவதென்று கடவுள் முடிவுசெய்துவிட்டால் என்னதான் செய்வது.

"ஊருக்குப் போயிட்டு வந்து வேலை பாத்துக்கலாண்டா. நீ கவலப்படாத. உனக்கு பாரமா இருக்க மாட்டேன். அப்புறம் வேணி உன்னை வீட்டை விட்டுத் தொரத்திடுவா" என்றேன்.

"அதுக்கு இல்லடா. நீ என்ன பண்ணப்போறேன்னுதான்..."

"அண்ணன் வர சொல்லியிருக்கான். ஒருவேளை அங்கேயே எதனா சான்ஸ் அமைஞ்சாலும் அமையலாம். சரி நீ கிளம்பு.

ஒரு ரெண்டாயிரம் ரூபா குடுத்துட்டுப் போ. வீட்டுக்கு ஏதாவது வாங்கிட்டுப் போகணும்."

சதீஷ்டம் 1500 ரூபாய்தான் இருந்தது. அதை எடுத்துக் கொடுத்தான். அவனுக்கு விடைகொடுத்துவிட்டு ஈரோடு செல்லும் பேருந்து நிற்குமிடத்துக்குப் போனேன். பத்து மணிக்குத்தான் பேருந்து கிளம்பும். இன்னும் அரை மணிநேரம் இருக்கிறது. பயணச் சீட்டு வாங்கிக்கொண்டு வெளியில் வந்தேன். சிறிது தூரம் நடந்து சென்று ஒரு டாஸ்மாக் கடையைக் கண்டு பிடித்துக் குடித்தேன். மனம் சற்று அமைதியாயிற்று. அங்கேயே அமர்ந்தபடி பழசையெல்லாம் அசைபோட ஆரம்பித்தேன்.

திரும்பத் திரும்ப அந்தக் கூட்டத்தின் காட்சிகள் மனதிற்குள் உருப்பெற்றன. அடர்ந்த உதட்டுச் சாயம் பூசிய பெண்ணும் அட்டகாசமாக உடை உடுத்திய பெண்ணும் இப்போது என்ன செய்துகொண்டிருப்பார்கள் என்று யோசித்தேன். ராதா என்ன ஆனாள்? நான் ஊருக்குப் போகிறேன் என்பதால்தான் வேணி சிரித்த முகத்துடன் எனக்குச் சாப்பாடு போட்டாளா? அம்மாவுக்கு இப்போது எப்படி இருக்குமோ. மருந்துக்கான செலவைச் சமாளிக்க முடியவில்லை என்று ரகு போன மாதம் சொல்லி யிருந்தான். அவன் வீட்டுக்குப் போய் என்ன செய்வது? சிவா சார் இப்போது என்ன செய்துகொண்டிருப்பார்? ஜேகே, ஜென், நீட்ஷே என்று எதையாவது படித்துக்கொண்டிருப்பார். அவர் சதீஷிடம் சொன்னது திரும்பத் திரும்ப நினைவுக்கு வந்து கொண்டிருந்தது. வாசு நல்ல ஒர்க்கர்தான். ஆனால் அவராக எதுவும் பண்ண முடியாது. புத்திசாலிதான். ஆனால் இங்கிதம் இல்லாதவர். நாங்கள் இல்லாவிட்டால் இந்த ப்ராஜக்ட் நாசமாகியிருக்கும். சம்பிரதாயத்திற்காக அவர் பெயரைச் சொல்லியிருக்கலாம். ஆனால் எனக்கு அது பழக்கமில்லை...

ரத்தம் சூடேறியது இன்னொரு பாட்டில் வாங்கிக் குடித்தேன். மூளை கொதித்துக்கொண்டிருந்தது. கையில் ஒரு பாட்டில் வாங்கிக்கொண்டு பக்கத்தில் இருந்த ஆட்டோவில் ஏறினேன். "ஐஸ் ஹவுஸ் போகணும்" என்று சொல்லிவிட்டு இருக்கையில் சாய்ந்து உட்கார்ந்தேன்.

அம்ருதா, ஜூன் 2023

3

அனுபவம்

பலமுறை தீர ஆலோசித்து, விளைவுகளைப் பற்றியெல்லாம் அலசிப் பார்த்து, தெளிவாக ஒரு முடிவெடுத்து மூக்கை அறுத்துக்கொண்டது போல ஆகிவிட்டது என்னுடைய நிலை. காதலில் அவசரப்படக் கூடாது என்பது எனக்குத் தெரியாததல்ல. அதே சமயம் ரொம்ப நிதானமும் பொறுமையும் காதலுக்கு எதிரி என்பதும் என் அனுபவம். குறிப்பிட்ட ஒரு சமயத்தில் பெண்கள் ஆண்களிடம் எதை எதிர்பார்க்கிறார்கள், எதை விரும்ப மாட்டார்கள், எதை எப்படி எடுத்துக் கொள்வார்கள் என்பதெல்லாம் எந்தக் கொம்பனின் கணிப்புக்கும் சிக்காத புதிர்கள். பெண்கள் என்றல்ல, ஆண்களையும்தான் யூகிக்க முடியாது. ஆண் – பெண் உறவில் மட்டுமல்ல, சாதாரண நட்பில் கூடத்தான் எதிர்பாராத விதத்தில் விரிசல் விழுந்துவிடுகிறது. காதலில் விரிசல் விழும்போது மட்டும் மனசு கூடுதலாக அடித்துக்கொள்கிறது. வாழ்வின் விளிம்புக்கே போய்விட்டதுபோல் இருக்கிறது.

எனக்கு அப்படி ஆகாது என்றுதான் நினைத்துக்கொண்டிருந்தேன். அதாவது, இந்தக் காதலில் சிக்கல் வராது என்று நினைத்தேன். எனக்கு முன் அனுபவம் இருக்கிறது. ரம்யா முறித்துக்கொண்டு போனபோது மனம் புழுங்கி வேதனையில் துடித்தேன். யோசிக்க யோசிக்க என்ன செய்வதென்று தெரியாமல் தெருவில் இறங்கி நடக்க ஆரம்பித்தேன். ஒரு மணிநேரம் கழித்துத்தான் கால்கள் ஓய்ந்தன. ஆனாலும் மனம் அடங்கவில்லை. நான் எந்தத்

தவறுமே செய்யவில்லையே, பிறகு ஏன் அவள் என்னைக் கத்தரித்துவிட்டுப் போனாள் என்ற கேள்வியே என் மனதை வாட்டிக்கொண்டிருந்தது. அவள் மட்டும் கையில் சிக்கினால் நான் என்ன செய்தேன், ஏன் என்னைப் புறக்கணிக்கிறாய் என்று கதறியிருப்பேன். அவள் கழுத்தைப் பிடித்து நெரித்திருப்பேன்; அல்லது என்னை நானே அவள் கண்முன் தண்டித்துக்கொண்டு அதன்மூலம் அவளைத் தண்டிக்க முயன்றிருப்பேன். சொல்லாமல் கொள்ளாமல் வெட்டிவிட்டவள் அதன் பிறகு என் தொடர்பு எல்லைக்குள் வரவேயில்லை. இவ்வளவு மனஉறுதி ஒரு பெண்ணுக்கு இருக்குமென்று நான் நினைத்துப் பார்த்ததில்லை. தன்னுடைய வலிமையையெல்லாம் தான் காதலித்த பையன்மீதே இரக்கமில்லாமல் பிரயோகித்துவிட்டாள்.

ரம்யா போன பிறகு மனதளவில் துறவியாக வாழ்ந்தேன். பெண்களைக் கண்டால் கசப்பானதொரு புன்னகை மனதில் தோன்றும். கண்கள் வேறு திசையை நோக்கும். பெண்களை, பெண்ணழகைப் பார்க்கவே பிடிக்கவில்லை. அதனாலேயே பத்திரிகைகள், திரைப்படங்களையெல்லாம் பார்ப்பதைத் தவிர்த்தேன். அவற்றிலெல்லாம் பெண்களைத் தவிர வேறு எதுவும் இல்லையா என்று நீங்கள் கேட்கலாம். இருக்கின்றன; நிறையவே இருக்கின்றன. ஆனால் என் கண்ணில் வேறெதுவும் படுவதில்லையே, நான் என்ன செய்ய? அந்தக் கண்கள், செதுக்கி வைத்ததுபோன்ற மூக்கு, உயிர்த் துடிப்பை நிறுத்தும் உதடுகள், அதில் மலரும் புன்னகைகள், விம்மித் தணிந்து உயிரைக் கொல்லும் மார்புகள்... இதற்கு மேல் எதுவும் கேட்காதீர்கள். புலனடக்கம் பழக விரும்புபவனுக்கும் பெண்களை விட்டு ஓட விரும்புபவனுக்கும் முதல் எதிரி இந்தத் திரைப்படங்களும் பத்திரிகைகளில் வரும் படங்களும்தான். அதனால்தான் அவற்றைத் தவிர்த்தேன். மனதுக்குள் பட்டை பட்டையாக விபூதி பூசிக்கொண்டு மானசீகமாகக் கமண்டலம் ஏந்தியபடி வைராக்கியமாக வாழ்ந்துவந்தேன்.

ஸ்வப்னாவைப் பார்க்கும்வரை. அடுக்ககத்தின் மின்தூக்கியில் முதன்முதலாக அவளைப் பார்த்தபோது என் கண்களை மின்தூக்கியின் கதவுகளின்மீது செலுத்தி அந்தச் சூழலிலிருந்து விடுபட முயன்றேன். வயது இருபதுக்கு மேல் இருக்காது. வட்டக் கழுத்துள்ள இறுக்கமான கறுப்பு நிற டி– ஷர்ட். முழங்காலுக்குச் சற்று மேல் நின்றுவிட்ட சந்தன நிற அரைக்கால் சட்டை. துறவிக்கு இதெல்லாம் ஒரு பொருட்டாக இருக்க வாய்ப்பில்லை. ஆனாலும் மனம் படபடத்தது. ஒருமுறை பார்த்ததுமே மனதிற்குள் அழுத்தமாக ஒட்டிக்கொள்ளும் முகம். அவிழ்த்துவிடப்பட்ட கூந்தல். மாநிறத்துக்கும் சற்று மேம்பட்ட நிறம். ஓரத்தில்

எப்போதும் புன்னகையைத் தேக்கிவைத்திருக்கும் உதடுகள். மேலுதடு கீழுதட்டுடன் சேருமிடத்தில் வெளிப்புறம் பார்த்த மிகமிகச் சிறிய வசீகரமான வளைவு. பெரிய கண்கள், கூர்மையான மூக்கு. வலது கையில் கட்டியிருந்த கைக்கடிகாரம் வித்தியாசமாக இருந்தது. இடதுகையில் வளையல் இல்லை. காதுகளில் ஏதும் அணியவில்லை. மூக்கில் மட்டும் சிறிய அணிகலன் இருந்தது. இது என்ன ஸ்டைலோ. மின்தூக்கியின் கதவுகளை விட்டு நான் கண்களை எடுக்கவில்லை. மின்தூக்கி நின்றதும் வெளியே விரைந்தேன். சில விநாடிகள் கழித்து என் பின்னால் காலடிச் சத்தம் கேட்டது. அவளாகவே இருக்கலாம். இந்தத் தளத்தில் எந்த வீடு அவளுடையது என்று தெரியவில்லை. எனக்கென்ன வந்தது? நான் திரும்பிப் பார்க்காமல் என் வீட்டிற்குள் நுழைந்து கதவைச் சாத்திக்கொண்டேன்.

ஐந்து நிமிடங்கள் கழித்து அழைப்பு மணி கேட்டுக் கதவைத் திறந்தேன். உடல் முழுவதும் மின் அதிர்வு ஓடியது. யார் வேணும் என்று கேட்க நினைத்தேன். குரல் வெளியே வந்த தாகத் தெரியவில்லை. என் தலையசைப்பையே கேள்வியாக எடுத்துக்கொண்டு பதில் சொன்னாள். *Cool* என்று அவள் டி–ஷர்ட்டில் எழுதியிருந்தது.

பக்கத்து வீட்டிற்குப் புதிதாகக் குடிவந்திருக்கிறார்களாம். கேபிள் டிவிக்காரர், பால் போடுபவர், பேப்பர் போடுபவர் ஆகியோர் பற்றிய தகவல்களையெல்லாம் திரட்டிக்கொண்டு வருமாறு அவள் அம்மா அனுப்பியிருக்கிறார். "உள்ள வாங்க. உக்காருங்க. டைரில குறிச்சி வெச்சிருக்கேன். எடுத்து தரேன்" என்றேன்.

அப்போதெல்லாம் கைப்பேசியில் தொடர்பு எண்களைச் சேமித்து வைக்க உச்சவரம்பு உண்டு என்பதைப் புத்தாயிரத்தின் தொடக்கத்தில் பிறந்த குழந்தைகளுக்குச் சொல்லிக்கொள்கிறேன்.

பரவாயில்லை என்றெல்லாம் பிகு பண்ணாமல் சுவாதீன மாக உள்ளே வந்தாள். சோபாவில் உட்கார்ந்தபடி பேப்பரை எடுத்துப் பிரித்தாள். நான் டைரியையும் ஒரு துண்டுத்தாளையும் பேனாவையும் எடுத்து வந்தேன். துண்டுத்தாளையும் பேனாவை யும் கொடுத்து, "குறிச்சிக்கங்க" என்றேன். குறித்துக்கொண்டு கிளம்பும்போது "உங்க பேர் என்ன?" என்றேன். "என்ன படிக்கறீங்க?" என்றேன். நான் எம்.எஸ்சி. இறுதியாண்டு படிக்கும் ராஜசேகர் என்னும் தகவலை எம்.ஏ. முதலாமாண்டு படிக்கும் ஸ்வப்னாவிடம் கேட்காமலேயே சொல்லிவைத்தேன். இதயத்தில் நெருப்பை மூட்டும் புன்னகையை வீசிவிட்டு விடைபெற்றாள்.

எனக்குள் இருந்த துறவி எப்போது வெளியேறினார் என்று தெரியவில்லை. ஸ்வப்னாவுடன் பழக ஆரம்பித்த பிறகு ரம்யாவின் மீதான கோபம் எப்படிக் குறைந்தது என்றும் தெரிய வில்லை. அடுக்ககத்தில் பக்கத்துப் பக்கத்து வீடு என்பதால் நட்பை வளர்த்துக்கொள்வதும் அது காதலாக மலர்வதும் விரைவிலேயே நடந்தன. காதல் நெருப்பைப் பார்த்துப் பார்த்து வளர்த்துக்கொண்டிருக்கும்போதே என் எச்சரிக்கை உணர்வு விழித்துக்கொண்டது. இன்னொரு பிரிவை உன்னால் தாங்க முடியுமா என்ற கேள்வியை அது எழுப்பியது. பிரிவைப் பற்றி ஏன் யோசிக்க வேண்டும் என்று எதிர்க் கேள்வி போட்டால், உலகத்தில் வென்ற காதல்களைவிடத் தோற்ற காதல்கள்தான் அதிகம் என்னும் புள்ளிவிவரத்தை எடுத்து என்முன் போட்டது. என்னுடைய காதல் சிறுபான்மை ரகத்தைச் சேர்ந்தது என்ற பதில் சொல்லித் தர்க்க மூளையின் வாயை அடைக்கப் பார்த்தேன். ரம்யா விஷயம் நினைவில்லையா என்று கேட்டது. ரம்யாவை நினைத்துக் கொதித்த நாட்கள் நினைவுக்கு வந்தன. அமைதியாக யோசிக்க ஆரம்பித்தேன்.

இன்னொரு ஏமாற்றத்தை என்னால் தாங்க முடியாது என்பது மட்டும் தெளிவாகத் தெரிந்தது. எனவே கவனமாக இருக்க வேண்டும் என்பதில் உறுதியாக இருந்தேன். ரம்யாமீது எனக்கிருந்த கோபம் குறைந்ததற்கு ஸ்வப்னாதான் காரணம். மற்றபடி அவள் எனக்கு இழைத்த அநீதிக்கு நான் அவளைச் சும்மா விடவே கூடாது. அதிலும் அதற்கு அவள் சொன்ன காரணம் இருக்கிறதே அதுதான் அராஜகம். அதற்காகவே அவளை மறுபடியும் பார்த்து நாக்கைப் பிடுங்கிக்கொள்வதுபோல நாலு கேள்வி கேட்க வேண்டுமென்ற ஆத்திரம் மட்டும் இன்னும் அடங்கவில்லை. என்றாவது ஒருநாள் நீ எங்கே இருக்கிறாய் என்று கண்டுபிடிப்பேன். உன்னைத் தேடி வந்து பார்த்து நறுக்கென்று கேள்விகேட்பேன். மறக்காமல் ஸ்வப்னாவையும் கூட்டிக்கொண்டு வருவேன். நீ பார்த்துப் பொறாமைப்பட வேண்டும். சின்னப் பையன் என்றால் அவ்வளவு இளக்காரமா உனக்கு?

ரம்யா அதன் பிறகு என்னைச் சந்திக்கவில்லை. தன்னைப் பற்றிய தகவல்கள் என்னை அண்டாமல் பார்த்துக்கொண்டாள். பெங்களூருக்குப் போனாள், நொய்டாவுக்குப் போனாள் என்றெல்லாம் கேள்விப்பட்டேன். அவளைப் பிரிந்து ஒரு வருடம் கழித்து அவளுடைய உறவுக்காரப் பெண் ஆர்த்தியைப் பார்த்தேன். அவள் என்னைவிட ஐந்து வயது பெரியவள். என்னை ரொம்பவே சின்னப் பையனாக அவள் நடத்தினாள். "ஹாய் ராஜா, எப்படிடா இருக்க, அம்மா சௌக்யமா, அப்பா எப்டி இருக்காரு, எல்லாரையும் கேட்டதா சொல்லுடா" என்றாள்.

ரம்யா என்னை ஆரம்பத்திலிருந்தே 'டா' போட்டுப்பேசுவாள். அதைப் பார்த்துவிட்டு இவளும் அப்படியே பேசுகிறாள். வயதில் பெரியவளாக இருப்பதால் பொறுத்துக்கொண்டேன். "ஆர்த்தி, உங்ககிட்ட கொஞ்சம் பேசணும்" என்றேன். "சொல்லுடா" என்றாள். "ரோட்லயா பேச முடியும்?" என்றேன். "சாயந்தரம் வீட்டுக்கு வாடா. என் ஹஸ்பண்ட் எட்டு மணிக்குத்தான் வருவார். நீ ஏழு மணிக்கு வா பேசிடலாம். அவர் வந்தப்புறம் அவரையும் பாத்துட்டு டிபன் சாப்டுட்டு போ" என்றாள்.

ஆறு மணிக்கே போய்விட்டேன். காபி எல்லாம் சாப்பிட்டு விட்டுப் பொதுவாகப் பேசிக்கொண்டிருந்தேன். ரம்யாவைப் பற்றிப் பேசும் துணிச்சல் வரவில்லை. அவள்மீது எனக்கு ஆர்வம் இருந்தது யாருக்கும் தெரியாது. அவள் என்னைவிட ஐந்து வயது பெரியவள் என்பதால் வெளியே சொல்ல முடிய வில்லை. இன்னும் கொஞ்சம் போகட்டும் என்றிருந்தேன்; ஒரேயடியாகப் போய்விட்டது.

"என்னமோ பேசணும்னு சொன்னியே" என்றாள் ஆர்த்தி.

"ரம்யா எங்க இருக்கா?" என்று சட்டென்று கேட்டுவிட்டேன்.

"அவ ஏதோ ஆடிட் ஆபிஸ்ல வேல செய்றா. பெங்களூருக்கும் நொய்டாக்கும் போய் வந்துக்கிட்ருக்கா. வீட்ல கல்யாணம் பேசி முடிச்சிட்டாங்களாம். மாப்ள பெங்களூர் பக்கம் ஏதோ ஒரு ஊரு. அங்கயே செட்டில் ஆயிடுவா" என்றாள்.

அவள் எங்கே இருக்கிறாள் என்பதைவிட அவள் என்னை ஏன் தவிர்த்தாள் என்பதுதான் என் கவலையாக இருந்தது. ரொம்ப நாள் பழகியும் திடீரென்று ஒரு நெருக்கம் வந்து அது தீவிரமான காதலாகி, வந்த வேகத்தில் மறைந்தும்போனது. தோல்வியைவிடவும் என்ன காரணம் என்றே தெரியாத தோல்விதான் அதிகமாக வலித்தது. ஆனால் இவளிடம் எப்படிக் கேட்பது?

"ராஜா, உனக்கு ஒரு விஷயம் தெரியுமா? ரம்யாவுக்கு ஒம்மேல இன்ட்ரஸ்ட் இருந்தது. நீ மட்டும் அவளவிட ஒருநாள் பெரியவனா இருந்திருந்தாகூட ஒன்னைத்தான் கல்யாணம் பண்ணிட்ருந்துருப்பா. உங்கிட்ட இத அவ சொன்னாளான்னு தெரியல" என்றாள் ஆர்த்தி.

எனக்குக் குப்பென்று வியர்த்தது. ரம்யா என்னைப் பற்றி இவளிடம் பேசியிருக்கிறாள். எந்த அளவுக்குப் பேசியிருக் கிறாள் என்று எப்படிக் கண்டுபிடிப்பது? ஒன்றுமே தெரியாதபடி நடித்தால் ஒன்றுமே கறக்க முடியாது.

“சொல்லியிருக்கா. என்னை ரொம்பப் புடிக்கும்னு சொல்லி யிருக்கா. எங்கிட்ட சொன்னத பத்தி உங்ககிட்ட சொல்லலயா?”

“இல்லடா. தனக்கு ஒன்ன ரொம்ப புடிக்கும்னுதான் சொன்னா. வயசுல சின்னவனா இல்லன்னா ப்ரபோஸ் பண்ணியிருப்பேன்னு சொன்னா...”

“ப்ரபோஸ் பண்ணல, ஆனா என்ன ரொம்ப புடிக்கும்னு சொன்னா. ரொம்ப நெருங்கிப் பழகினா. அப்புறம் என்ன ஆச்சுன்னு தெரியல.”

“வயசு வித்யாசத்த மீறி நீ அவள கல்யாணம் பண்ணி யிருப்பியா?”

“கண்டிப்பா. ஆனா அதுக்கு இன்னும் நாலு வருஷம் போகணும்ல? அதான் தயக்கமா இருந்தது.”

“உன் தயக்கம் அவளுக்குப் புரிஞ்சிடிச்சின்னு நெனைக் கிறேன். அதான் பேசாம இருந்துட்டா. ஒனக்கு ரொம்ப பயம்னு கூட அவ சொல்லியிருக்கா.”

“பயமா? என்ன பயம்?”

ஆர்த்தி சிரித்தாள். “இப்ப ஒனக்கு இருபது வயசு இருக்குமா? அப்ப 17, 18 வயசு. பயம் இருக்கதான செய்யும்?”

“என்ன பயம்?” எனக்கு நிஜமாவே புரியவில்லை.

“அவளும் நீயும் ஊர சுத்தியிருக்கீங்கல்ல?”

“ஆமாம்...”

“நீ ரொம்ப டீசன்டா நடந்துப்பியாமே?”

“இன்டீசன்டா எப்படி நடந்துக்க முடியும்?”

“டேய்... சின்னப் பையன்னு ப்ரூவ் பண்ற பாரு. அவள புடிக்கும்னு சொல்ற. அவுளுக்கு ஒன்னப் புடிக்கும்னு தெரியும்னு சொல்ற. ரெண்டு பேரும் அங்க இங்க போயிருக்கீங்க. அவ வீட்ல தனியா இருக்கும்போதும் அவள போய் பாத்துருக்க...”

இதையெல்லாம்கூடச் சொல்லியிருக்கிறாளா என்ற வியப்புடன் அவளையே பார்த்துக்கொண்டிருந்தேன்.

“ராஜா, கேர்ல்ஸ்க்கு ஒரு பையன பிடிச்சிட்டா, அவன் நல்லவன்னு நம்பிக்கை வந்துட்டா துணிச்சலா நடந்துக்குவாங்கடா. ஆனா உனக்குதான் துணிச்சல் வரல.”

“எனக்குப் புரியலங்க...” என்றேன்.

“அதுதாண்டா உன் பிரச்சன. உனக்கு அவ என்ன நெனைக் கறான்னே புரியல. நீ மட்டும் கொஞ்சம் துணிச்சலா இருந்துருந்தா அவ முழுசா ஒனக்கு கிடைச்சிருப்பா.”

“என்ன சொல்றீங்க?”

“இவ்ளோ பேசிட்டு இதை மறைக்கறதுல அர்த்தமில்ல. அவளுக்கு உன்னைக் கல்யாணம் பண்ணிக்க முடியாதுன்னு நிச்சயமா தெரிஞ்சிடிச்சி. ஆனா ஒன்ன ரொம்ப புடிச்சிருந்துது. எந்த அளவுக்குன்னா ஒரு முறையாவது ஒன்னோட இருக்கணும்னு நெனைக்கற அளவுக்கு.”

நான் ஸ்தம்பித்துப்போய் உட்கார்ந்திருந்தேன்.

“ஒருநாள் நீ ஏதோ பேசிட்டே இருந்த. அவ உன்னை ரசிச்சிக்கிட்டே உம் பக்கத்துல வந்து உக்காந்தா. நீ பேசிட்டே இருக்க. அவ ஒன் தோள்மேல கைபோட்டா. நீ தொடர்ந்து பேசற. ஒரு ஸ்ட்டேஜ்ல ‘வாவ்’னு சொல்லி உன்ன கட்டிப் புடிச்சா. முத்தம் குடுக்க வந்தா. நீ விலகிப் போயிட்ட. இது நடந்துதா இல்லியா?”

நேற்று நடந்ததுபோல நினைவிருக்கிறது. அவளைப் பக்கத்தில் பார்க்கும்போதெல்லாம் கட்டிப்பிடிக்க வேண்டும் போலத் தோன்றும். கன்னத்திலும் உதட்டிலும் முத்தம் கொடுக்க வேண்டுமென்று பரபரக்கும். ஆனால் அவள் தவறாக நினைத்துவிடுவாளோ என்று பயந்து சாவேன். அவளே வந்து கட்டிப் பிடிக்கும்போது எனக்கு எப்படி இருந்திருக்கும். அதுவும் அவள் தன் மார்பு என் உடலில் அழுந்தும் வகையில் கட்டிப் பிடித்தபோது எனக்கு மயக்கமே வந்துவிடும்போல இருந்தது. அவள் முகம் என் முகத்தை நெருங்கியது. இன்னும் ஒரு அங்குலம்தான். கொஞ்சம் அசைந்திருந்தாலும் போதும். ஆனால் பயமாக இருந்தது. அவள் நெருக்கத்தை நான் பயன்படுத்திக் கொள்கிறேன் என்று நினைத்துவிடுவாளோ என்று பயந்தேன். நான் அவளோடு பழகியதும் பேசியதும் இதற்குத்தான் என்று நினைத்துவிடுவாளோ என்று பயந்தேன். என் உடல் தளர்ந்தது. அவள் பிடி விலகியது.

“ஞாபகம் இருக்குங்க. அதை எப்படி மறக்க முடியும்?”

“கேக்கறன்னு தப்பா நெனச்சிக்காத ராஜா. அந்த சமயத்துல நீ ஏன் சும்மா இருந்த?”

“அட்வான்டேஜ் எடுத்துக்கறா மாதிரி ஆயிடும் இல்லயாங்க?”

“ஹ...” ஆர்த்தி சிரித்தாள். “அட்வான்டேஜ் எடுத்துக்கோன்னு ஒரு பொண்ணு இதவிட எப்படிடா ஒப்பனா சொல்ல முடியும்?”

நான் அதிர்ந்தேன்.

“அவ ரொம்ப டிஸப்பாயின்ட் ஆயிட்டா. தாங்கிக்க முடியல. இன் ஃபாக்ட் அவளுக்கு ஒம்மேல கோபம். நாங்கூட

கேட்டேன், சின்னப் பையன்தானேடி, பயமா இருக்காதான்னு. அந்த மாதிரி சிச்சுவேஷன்ல ஒரு ஆம்பளயா அவன் நடந்துக்கல ஆர்த்தி. இவ்வளவு பயந்தாங்கொள்ளியா இருக்கானே, இவனயா நெனச்சு ஏங்கறோம்னு வெறுத்துப்போச்சுன்னு சொன்னா."

நான் நெடுநேரம் பேசாமல் இருந்தேன். அப்போது என் உணர்ச்சி முழுமையாக வளர்ந்த ஆணின் உணர்ச்சியாக இருந்தது எனக்கு மட்டும்தான் தெரியும். ஒரு பெண் நெருக்கமாக வந்தால் அதுதான் சாக்கு என்று அவளை அனுபவிக்கத் துடிக்கும் சராசரி ஆணாக அவள் என்னை நினைத்துவிடக் கூடாதென்று நினைத்தேன். தவிர, கல்யாணத்திற்கு முன் இதையெல்லாம் நினைத்துக்கூடப் பார்க்க முடியாத சூழலில் வளர்ந்திருந்தேன்.

"சொல்லு ராஜா, ஏன் பேசாம இருக்க?"

"நல்லவனா இருக்கறது தப்புன்னு சொல்லவரீங்களா?"

"நல்லவனா இருக்கறது வேற, நேச்சுரலா இருக்கறது வேற ராஜா."

"இருக்கட்டுங்க. எனக்கொண்ணும் வருத்தம் இல்ல. அவ என்னவிட வயசுல மூத்தவ. இப்ப கல்யாணம் வேற ஆயிடிச்சி. அன்னிக்கு தப்பு நடக்காம இருந்ததும் நல்லதுதான்."

"அதுவும் கரெக்ட்தான்."

ஆர்த்தி எவ்வளவு வற்புறுத்தியும் நான் அவள் கணவன் வரும்வரை காத்திருக்கவில்லை. இன்னொரு நாள் வருகிறேன் என்று சொல்லிவிட்டுக் கிளம்பிவிட்டேன்.

இந்த அனுபவம் தந்த பாடம் என்னைக் காப்பாற்றும் என்ற நம்பிக்கை எனக்கு இருந்தது. ரம்யாவை இழந்ததற்குக் காரணம் என் தயக்கம். அது நியாயமான தயக்கமாக இருந்தாலும் தயக்கம் தயக்கம்தான். ஸ்வப்னா விஷயத்தில் அதற்கு எந்தக் காரணமும் இல்லை. 'ஆம்பளயா நடந்துக்கல' என்று அவள் என்னைப் பற்றிச் சொல்லும் சந்தர்ப்பம் வராது; வரக் கூடாது. ஸ்வப்னாவைப் போன்ற ஒரு அழகி காதலியாக வாய்த்தது பெரிய அதிருஷ்டம்.

ஸ்வப்னாவிடம் நானும் என்னிடம் அவளும் காதலைச் சொல்லிக்கொள்ளவில்லை என்றாலும் அது காதல்தான் என்பதில் சந்தேகமே ஏற்படாத அளவுக்கு எங்களுக்குள் நெருக்கம் அதிகரித்திருந்தது. அடிக்கடி நான் அவள் வீட்டுக்குப் போய்த் தொலைக்காட்சி பார்ப்பதும் எங்கள் வீட்டுக்கு அவள் வந்து பேசிக்கொண்டிருப்பதும் சகஜம். மாலையில் மொட்டை மாடிக்குப் போய்ப் பேசத் தொடங்கினால் இருட்டும்வரை

பேசிக்கொண்டிருந்துவிட்டுக் கீழே இறங்குவோம். என்னுடைய நண்பர்களுக்கு நான் அவளையும் தன்னுடைய நண்பர்களுக்கு அவள் என்னையும் அறிமுகம் செய்துவைத்திருக்கிறோம். அவளுடைய பிறந்த நாளுக்கு நான் டி–ஷர்ட் பரிசளித்தேன். சில சமயம் அவளைக் கல்லூரியில் கொண்டுபோய் விடுவேன். சில சமயம் கல்லூரியிலிருந்து கூட்டிக்கொண்டு வருவேன். என்னுடைய கல்லூரி சென்னையில் ஒரு மூலையில் இருக்கிறது. அவள் கல்லூரி இன்னொரு மூலையில் இருக்கிறது. இருவரின் கல்லூரி நேரங்களும் வேறு வேறு. என்றாலும் நான் அடிக்கடி அவள் கல்லூரிக்குப் போவதும் அவள் அதை விரும்பி ஏற்பதும் நடந்தேறின.

சினிமாவுக்குப் போகலாமா என்று கேட்டேன். முதலில் கொஞ்சம் தயங்கியவள் பிறகு ஒப்புக்கொண்டாள். படம் பார்க்கும்போது இருவருக்குமிடையில் பொதுக் கைப்பிடி மீது இருந்த என் கைமீது அவள் கை அமர்ந்தது. பொதுவாக இதுபோன்ற சமயங்களில் செய்வதுபோலக் கையை லேசாக விலக்கிக்கொண்டேன். பிறகுதான் அந்தக் கை ஸ்வப்னாவின் கை என்று உறைத்தது. கையை எடுத்துக்கொண்டது பற்றி என்ன நினைப்பாள் என்ற கவலையுடன் அவளைத் திரும்பிப் பார்த்தேன். அவள் படத்தில் லயித்திருந்தாள். அப்படியானால் சகஜமாகத்தான் கை பட்டிருக்கிறதென்று அர்த்தம். அப்படியானால் நான் கையை எடுத்துக்கொண்டதில் தவறில்லை என்று அர்த்தம். என் கையைத் தொட வேண்டுமென்று அவள் நினைத்து அதை நான் தவிர்த்திருந்தால்தானே பிரச்சினை. ஆனாலும் அதையே ஒரு வாய்ப்பாகப் பயன்படுத்திக்கொண்டு நெருங்கியிருக்கலாமே என்று தோன்றியது. இப்போது நானாகக் கைவைத்தால் அதை அவள் தவறாக எடுத்துக்கொண்டால் என்ன செய்வது? இதில் தவறு என்ன இருக்கிறது, அவள் வைக்கவில்லையா, அதுபோல என்று நினைத்துக்கொள்ளலாமே. அப்படி நினைக்காவிட்டால்? இவன் எல்லை மீறுகிறான் என்று நினைத்தால்? நட்பின் நெருக்கத்தைத் தவறாகப் பயன்படுத்திக்கொள்கிறான் என்று நினைத்தால்?

ஏண்டா படத்திற்கு வந்தோம் என்றிருந்தது. இதுபோன்ற கேள்விகளுக்குச் சரியான பதில் என ஒன்றும் கிடையாது. பரிசோதனை செய்துபார்த்துவிட வேண்டியதுதான்; அல்லது காதலைச் சொல்லிவிட்டுப் பிறகு உரிமையுடன் தொடலாம். காதல், கத்திரிக்காய் எல்லாம் வேண்டாமென்று 'பாய்ஸ்' பட நாயகி மாதிரி சொல்லிவிட்டால் இப்போது கிடைக்கும் சின்னச் சின்னப் பரவசங்களும் கிடைக்காமல் போய்விடுமே என்று பயமாக இருந்தது.

ரம்யாவும் ஆர்த்தியும் சொன்னது சரிதானா? நான் பயந்தாங்கொள்ளிதானா? பெண்களை ரசிக்கவும் கற்பனையில் அவர்களோடு வாழவும்தான் நான் லாயக்கா?

இந்தக் கேள்வி என்னை வாட்டி எடுத்தது. ஸ்வப்னா இன்னொரு ரம்யாவாக ஆகிவிடக் கூடாது. அதே சமயம் அவசரப்பட்டுக் காரியத்தைக் கெடுத்துக்கொள்ளவும் கூடாது. சரியான சந்தர்ப்பம் கிடைக்கும். அப்போது துணிவுடன் செயல்பட வேண்டும். பெண்கள் அவசரக்குடுக்கைகளைக்கூட மன்னித்துவிடுவார்கள்; கோழைகளை மன்னிக்கவே மாட்டார்கள்.

மொட்டை மாடியில் பேச்சு, மோட்டார் சைக்கிளில் பயணம், எப்போதாவது சினிமா என்று ஸ்வப்னாவும் நானும் ஒன்றாக இருக்கும் இடங்களும் காரணங்களும் மாறாமல் இருந்தன. இவையெல்லாமே வழக்கமாகிவிட்டதால் வேறு தருணங்களை மனம் நாடியது. வேறு இடங்கள், வேறு காரணங்கள். எவ்வளவுதான் நெருக்கத்தில் இருந்தாலும் அவ்வப்போது தற்செயலாக உரசிக்கொண்டாலும் காதலைச் சொல்வதற்கான வாய்ப்பு வரவில்லை. சொல்லாமல் உணர்த்திவிட்டால் நல்லது என்று காத்திருந்தேன். உள்ளுக்குள் கனல் வளர்ந்தபடி இருந்தது. ரம்யாவுக்கு ஏமாற்றமும் எனக்கு அவமானமும் தந்த தருணத்தை அடிக்கடி நினைவுபடுத்திக்கொண்டேன்.

காத்திருந்த வாய்ப்பு வந்தது. அது என் பிறந்த நாளின் வடிவில் வந்தது. பிறந்த நாளுக்கு முன்தினம் இரவு பன்னிரண்டு மணிக்கு அழைப்பு மணி ஒலித்தது. அப்பா எழுந்திருக்க வில்லை. அம்மா எழுந்துவந்து நான் தூங்கிக்கொண்டிருக்கும் அறைக்கு வந்தார். அழைப்பு மணி கேட்டு எழுந்திருந்த என்னைப் பார்த்து, "யாருடா இந்த நேரத்துல? போய்ப் பாரு" என்றார். வாசலுக்கு வந்து கதவைத் திறந்தேன். ஸ்வப்னா, அவள் அப்பா, அம்மா ஆகியோர் நின்றிருந்தார்கள். ஸ்வப்னாவின் கையில் கேக். மூவரும் 'ஹேப்பி பர்த்டே' என்றார்கள். உண்மையிலேயே நான் ஆச்சரியத்தில் திக்குமுக்காடிவிட்டேன். அம்மாவுக்கு முகமெல்லாம் மலர்ச்சி. சத்தம் கேட்டு அப்பாவும் எழுந்துவிட்டார். கூடத்தில் வைத்து கேக் வெட்டினேன். முதல் துண்டை ஸ்வப்னாவுக்கு ஊட்டத்தான் விரும்பினேன். ஆனால் சபை நாகரிகம் கருதி அம்மாவுக்கு ஊட்டினேன். அப்பா, ஒரு துண்டை எடுத்து எனக்கு ஊட்டினார். பிறகு எல்லோருக்கும் விநியோகம் நடந்தது. அப்பாவும் அம்மாவும் நெகிழ்ந்துபோய் ஸ்வப்னா குடும்பத்திற்கு நன்றி சொன்னார்கள். நான் பரவசத்தில் இருந்தேன். இந்த 22ஆவது பிறந்த நாளை மறக்கவே முடியா தென்று நினைத்தேன்.

அப்படியே ஆயிற்று. ஆனால் வித்தியாசமான விதத்தில். காலையில் பத்து மணிக்கு மேல் ஸ்வப்னா வீட்டுக்குச் சென்றேன். அவள் அன்று கல்லூரிக்குப் போகவில்லை. எனக்குக் கிளம்ப இன்னும் நேரம் இருந்தது. என் வீட்டிலும் அவள் வீட்டிலும் வேறு யாரும் இல்லை. மணியடித்ததும் ஸவப்னா கதவைத் திறந்தாள். அப்போதுதான் குளித்திருந்தாள். கையில்லாத பனியனும் கொஞ்சம் சிக்கனமான அரைக்கால் சட்டையும் அணிந்திருந்தாள். பார்த்ததும் கிறங்கினேன். "உள்ள வா ராஜ்" என்று சொல்லிவிட்டு உள்ளே சென்றாள். அடுக்கக வீடுகளின் வழக்கப்படி கதவைச் சாத்திவிட்டு உட்கார்ந்தேன். ஸ்வப்னா கையில் பிரட் டோஸ்ட் எடுத்துக்கொண்டு வந்தாள். ஒரு வாய் கடித்துவிட்டு, "உனக்கு வேணுமா?" என்றாள். நான் கை நீட்டினேன். தந்தாள். ஒரு கடி கடித்துவிட்டுத் தந்தேன். போதுமா என்றாள். "இப்பதான் சாப்பிட்டேன். நீ குடுத்தியேன்னு ஒரு பைட் எடுத்துக்கிட்டேன்" என்றேன். சிரித்தாள். "காலேஜ் போலயா? இன்னிக்கு பர்த் டேக்கு என்ன ப்ளான்?" என்றாள். "ரொம்ப தேங்ஸ் ஸ்வப்னா. நான் எதிர்பாக்கவே இல்ல" என்றேன். சிரித்தாள். கடைசித் துண்டையும் வாயில் போட்டுக்கொண்டாள்.

அவள் கையை என்னுடைய இரண்டு கைகளாலும் பிடித்துக்கொண்டு "தேங்க் யூ ஸோ மச். யு ஹேவ் மேட் மை டே" என்றேன். "கூல்..." என்றாள். மீண்டும் நன்றி சொன்னபடி அவளை அணைத்துக்கொண்டேன். அவளும் மென்மையாக அணைத்தாள். என் உடல் நடுங்க ஆரம்பித்தது. என் கோழைத்தனம் என்னைத் தோற்கடித்துவிடக் கூடாதென்ற முடிவு நினைவுக்கு வந்தது. நன்றி சொல்வதற்கான மென்மையான அணைப்பு இறுக்கமான அணைப்பாக மாறியது. ஸ்வப்னாவின் மார்பு என் உடலில் நன்றாக அழுந்தியது. சற்றும் யோசிக்காமல் அவள் காதருகே அழுத்தமாக முத்தம் கொடுத்தேன். ஸ்வப்னா உடல் அதிர்ந்து விலகினாள். அவள் முகத்தில் கோபம் தாண்டவமாடியது. "ஹவ் டேர் யூ..." என்று கத்தினாள். "ஸாரி ஸ்வப்னா, ஸாரி ஸ்வப்னா" என்று கெஞ்சினேன். "கெட் லாஸ்ட்" என்றபடி கதவைத் திறந்தாள். மறுபடியும் மன்னிப்புக் கேட்டேன். அவள் முகம் இறுகியிருந்தது. மின்தூக்கி நிற்கும் சத்தமும் யாரோ நடந்து வரும் சத்தமும் கேட்டன. ஸ்வப்னா வாசலைப் பார்த்துக் கை காட்டினாள். உடலிலிருந்த சக்தியையெல்லாம் யாரோ உறிஞ்சி எடுத்ததுபோன்ற உணர்வுடன் வீட்டுக்கு வந்து கதவைச் சாத்திக்கொண்டு படுக்கையில் விழுந்தேன்.

ஆனந்த விகடன், ஜூன் 2023

4

யாவர்க்குமாம்

கற்பகம் வெளியில் கிளம்பும்போது வாசலில் இருந்த கடையில் எதையோ வாங்கிக்கொண்டிருந்த முத்துலட்சுமி அவளைப் பார்த்தாள். வழக்கமான சிறு புன்னகை அவள் உதட்டில் தோன்றியது. அடுத்த கணமே அது வாய் விரிந்த சிரிப்பாக மாறியது. கூடவே கண்களும் விரிந்தன. "ட்ரஸ்ஸூல்லாம் சூப்பரா போட்டுகினு எங்க கெலம்பிட்ட?" என்று கேட்டாள். "ட்ரெஸ்ஸூ புச்சா? எங்க வாங்கின? என்னா விசேசம்? ஒன்னியும் சொல்றதுல்ல. சொன்னா நாங்களும் கூடவே வந்துருவோம் பாரு..." என்றாள் தொடர்ந்து.

கற்பகம் சிரித்தாள். "புத்சுல்லாம் ஒண்ணியும் இல்லக்கா. புள்ளியார் கோயில் தெருல ஒரு ப்ளாட்ல வேல செய்றன்ல... அந்த அக்கா குட்த்தாங்க. அவங்க பயசாயிட்சின்னு எனக்கு குட்த்தாங்க. நீ என்னடான்னா எங்க வாங்குன, என்ன விசேசன்னு கேக்குற..." என்று சொல்லிவிட்டுக் கடகடவென்று சிரித்தாள்.

முத்துலட்சுமிக்கு வியப்புத் தாளவில்லை. "பய்சு மாரியே தெர்லடி. விசேசத்துக்குகொட போட்னு போலாம் போலக்குது" என்றாள்.

"விசேசத்துக்குல்லாம் பொடவதானக்கா கட்ட முடியும். சுடிதார்லாம் போட்னு போனா அவரு கோச்சிக்குவாரு. அவரு சொம்மா இர்ந்தாலும் அவுங்கம்மா சொம்மா இருக்காது!"

"அத்சரி, எங்கியாவுது சினிமா கினிமாக்குப் போட்னு போலாம்."

“சினிமாக்குலாம் போய் வர்சக்கணக்குல ஆவுதுக்கா. டிவில பாக்கற்தோட சரி. வேலயே செரியா இருக்குதுல்ல...”

“அத்சரி... இப்ப எங்க கெலம்பிட்ட?”

“எல்லாத்தியும் உனக்குக் கட வாசல்லயே சொல்லணும்...”

“அய்ய... இங்கதான உன்ன பாத்தன்? வாணான்னா வுடு...”

“பெரியவனோட இஸ்கோலுக்கு போறங்க்கா. ஏதோ கையேத்து போடணுமாம். இவுரு வெளியூரு ட்ரிப்பு போயிகிறாரு. வர ரெண்டு நாள் ஆவும். அதான் நாம் போறேன். இன்னிக்கு வேலிக்கி லீவ் போட்டுட்டேன்!”

“சரி சரி போய்ட்டு வா...”

“வரங்க்கா”

மாலையில் கற்பகம் தன் வீட்டில் அமர்ந்து காய்கறி நறுக்கிக்கொண்டிருக்கும்போது முத்துலட்சுமி வந்தாள்.

“புள்ளியார் கோயில் தெருவுல நீ வேலக்குப் போற வூடு பத்தி எங்கைல நீ சொல்லவே இல்லியே” என்றாள்.

“ரெண்டு மாசமாதானக்கா போயினுருக்கேன். சொல்ற மாரி அமையல. உன்னயே ரொம்ப நாள் கழிச்சி இப்பதாம் பாக்கறேன்.”

“புள்ள எங்க?”

“அவன் சாய்ந்தரத்துல எப்ப வூட்ல இர்ந்துக்கான்? எங்கியாச்சும் வெளாட போயிருப்பான். இல்லாட்டி பசங்ககூட சுத்தினிருப்பான்.”

“அந்தம்மா வேலைக்கி போவுதா?”

“எந்தம்மா?”

“அய்ய. புள்ளியார் கோயில் தெரு வூட்டம்மா சொன்னியே. அவுங்க”

“அவுங்களா? ஆங் . . . போறாங்க. அவுங்க வூட்டுக்காரு எப்பியும் வூட்லதான் இருப்பாரு. வூட்லேந்தே வேலயாமே. இந்த லாக்டவுன் போட்டாங்கல்ல. அப்றம் எல்லாம் ஆபீசும் தொறத்துட்டாங்க. ஆனா இவுரு மாரி செலவங்க மட்டும் வூட்லேந்தே வேல பாத்துனுகுறாங்களாம். அந்தம்மா ஒம்போதர மணிக்கி கெலம்பும். நா எட்ரைக்கெல்லாம் போய் வேலய முட்ச்சிட்டு பத்துக்கெல்லாம் கெளம்பிடுவேன். அவுங்க இருக்கசொல்லவே போய்ட்டா வசதி. இல்லன்னா அத்த ஏம் பண்ல, இத்த ஏம் பண்லன்னு அட்த்த நாள் பிலுபிலுன்னு புட்ச்சிக்கும்.”

“ரப்ச்சர் பார்ட்டியா இருக்கும் போலகுது?”

“அதெல்லாம் இல்ல. வேலன்னா அப்பிடிதான் இருக்கும். நீதான் வூட்டு வேலைக்கே போவறதுல்லயே. உனுக்கு எப்டி தெரியும்? மத்த வூடுங்கள பாக்கசொல்ல இந்தம்மா எவ்ளவோ பரவால்ல.”

“அத்சரி. நமுக்கு இந்த வூட்டு வேலயெல்லாம் சரிப்பட்டு வராது.”

“நீதான் தொயில் நடத்துறியே. அது போறாதா?”

“இன்னா பெரிய தொயிலு? காலீல ஏந்து ஆப்பம், புட்டு பண்ணி வெக்கணும். அத்த எங்க வூட்டுக்காரு சைக்கிள்ள எட்த்துன் போய் வித்துட்டு வருவாரு. இது ஒரு பெரிய தொயிலா?”

“ஆமா. தொயிலுதான். நீ நென்ச்சியானா இத்த பெர்சாகூட ஆக்கலாந் தெரிமா?”

“அய்ய. தொல்ல. நாங்கொட நெனைப்பேன். இட்லிகட போடலாமான்னு. ஆனா பயமாகீது.”

“உனுக்கு இன்னாக்கா பயம்? நீ நல்லா சமிக்கிற. இட்லி போட்டா நஸ்டம் ஆவப்போறது கடயாது. டேக்ஸா கொஞ்சம் வாங்கி வெக்கணும். அவ்ளதான. செஞ்சி பாருக்கா. நாங்கூட உங்கடைலயே இட்லி வாங்கி புள்ளிங்களுக்கு குட்த்துருவேன்.”

“அய்ய... அதல்லாம் சரிப்பட்டு வராது. அத்த வுடு. எனக்கு எங்கினா சமயல் வேல இருந்தா சொல்லு. அந்த வூட்டம்மா கிட்டகொட கேட்டுப் பாரு.”

“அவுங்க வூட்ல சான்சே இல்லக்கா. அவுங்க வூட்டுக்காரரு ஆபீஸ் போறதுல்லன்னு சொன்னேன்ல்ல. அவரு ஆறு மணிக்குல்லாம் ஏந்து ஒல வெச்சிடுவாராம். இந்தம்மா எல்ப் பண்ணும். எட்டு எட்டரைக்குல்லாம் சமயல் முடிஞ்சிடும்.”

“பரவால்லயே. நம்ம வூட்டு ஆம்பளைங்க அடுப்பங்கர பக்கமே வர மாட்டாங்க. சமச்சதகொட கொண்டுவந்து வெச்சாதான் சாப்புடுவாங்க.”

“அக்கா, உனுக்கு ஒன்னு தெரீமா? இந்த கம்ப்பீட்டர்லயே படல்லாம் வருமே, தெரிமா உனுக்கு?”

“கேள்விப்பட்டுக்குறேன். பாத்ததில்ல. நீ பாத்துக்கிறியா?”

கற்பகத்தின் குரல் தாழ்ந்தது. “அந்த வூட்டு சாரு படம் பாப்பாரு.”

“வேல செய்வாருன்னு சொன்ன?”

“ஆங்… வேல செய்யும்போதே நடுவுல படம் பாப்பாரு.”

“அதெப்படி நடுவுல பாக்கறது?”

“அதெல்லாம் தெரியாது. நா லேட்டா போம்போதுல்லாம் அவரு தனியா இருப்பாரு. ரூம கிளீன் பண்ணசொல்ல எழுந்து வெளியே போயிடுவாரு. கம்பீட்டர ஆப் பண்ணுவாரு. ஆனா பாட்டு மட்டும் ஓடினு இருக்கும்.”

“அப்புறம் அவுரு படம் பாக்கறாருன்னு எப்டி சொல்ற?”

கற்பகம் குரல் இன்னும் தாழ்ந்தது. “ஒருநாள் கம்பீட்டர ஆப் பண்ணாம போயிட்டாரு. அப்ப பாத்தேன்.”

“என்னமோ ரகசியம் பேசுறா மாரி சொல்ற? அப்படி இன்னா படம் அது?”

கற்பகத்தின் வாசலை எட்டிப் பார்த்தாள். பிறகு முத்து லட்சுமியை நெருங்கினாள். “வேற மாதிரி படங்க்கா அது. அசிங்க அசிங்கமா இருக்கும்” என்றாள் மெல்லிய குரலில். முத்துலட்சுமியின் கண்கள் விரிந்தன. “இதெல்லாம் சின்ன வயசுல வீடியோல பாப்போம்னு எங்க வூட்டுக்காரரு சொல்லிகிறாரு. இப்ப எல்லாம் கம்பீடர்லயே வந்துருச்சா?” என்றாள்.

“ஆமாக்கா. பாத்து எனக்கே பக்குனு ஆயிட்ச்சி. அவசர அவசரமா முட்ச்சிட்டு ஓடியாண்ட்டேன்.”

“அப்ப… நீ எதுவும் பாக்கல…” என்றாள் முத்துலட்சுமி குறும்பாக.

“சீ போக்கா. பாக்கவே அசிங்கமாக்குது. ஒடம்புல பொட்டு துணி இல்லாம ஆம்பளயும் பொம்பளயும் நிக்கறத பாத்து எனுக்கு கொமட்டிடுச்சி.”

“ஆ… ஆ… சொம்மா கத வுடாத. இதல்லாம் பண்ணாமதான் புள்ள பெத்தியா?”

“அய்ய. அதுவும் இதுவும் ஒன்னா? இவுங்க பண்றத சூட்டிங் பண்ணிக்கிறாங்க. எத்தினி பேர் கூட நின்ருப்பானுங்கோ. எப்டி வெக்கமே இல்லாம எல்லார் முன்னியும் பண்ணுதுங்களோ.”

“சினிமால ஆம்பளயும் பொம்பளயும் கட்டிப்புடிக்கலயா? கிஸ்ஸு அடிக்கலயா? நெறய பேரு முன்னாலதான் பண்றாங்க.”

“அய்ய… நீ இன்னாக்கா எல்லாத்தயும் ஒண்ணா வெச்சு பேசற. கிஸ்ஸடிக்கறதும் படுக்கறதும் ஒண்ணாயிடுமா?”

“ஆவாது. என்னமோ போ… உனக்கு சோக்கா வூடு அமஞ்சுக்கீது. வூட்டம்மா சூப்பரா ட்ரெஸ்ஸு குடுக்கறாங்கோ. வூட்டய்யா படங் காமிக்கிறாரு…”

“சீ போக்கா. அவரு எப்பவும் ஆப் பண்ணிட்டுதான் போவாரு. அன்னிக்கு மறந்துட்டுக்கீறாரு.”

“அது உனக்கு மஜாவா போச்சு…”

“அய்ய… சொம்மா இருக்கா. நீ வேற… அத நெனச்சாலே கொமுட்டுது. எங்க வூட்டுக்காரு கைல சொன்னேன். அதெல்லாம் இப்ப மொபைல்லயே வந்தாச்சுன்றாரு. உனக்கு எப்படி தெரியுன்னு கேட்டேன். எங்கைலயே மொபைல் இருக்குது, எனுக்கு தெரியாதான்றாரு. அப்ப நீயும் இந்த மாரி படம்லாம் பாப்பியான்னு கேட்டங்க்கா. சேச்சே, நமக்கு தொயிலுக்கு இது யூஸ் ஆவுது. அவ்ளதான்னு சொன்னாரு.”

“அத நீ அப்டியே நம்பிட்ட. ஆம்புள புத்தி அலபாஞ்சினே தாண்டி இருக்கும். உசாரா இர்ந்துக்கோ.”

“எத்தயாம் பாத்துனு போட்டும். எனுக்கின்னா?”

“அத்சரி…”

“அக்கா இன்னூர் நாளு இதே போலதாங்க்கா ஆப் பண்ணாம போயிட்டாரு. அன்னிக்கு கம்பீட்டர் பக்கம் பாக்கவே கூடாதுன்னு நெனச்சேன். ஆனா கண்ணு எப்டியோ அங்க போயிட்து. அத பாத்து என்னால நம்பவே முடியலக்கா.”

“அப்டி இன்னாத்த பாத்த?”

“பொம்பலயும் பொம்பலயும் அம்மணகுண்டியா கட்டி புட்சினு இருக்குதுங்க. அதுல ஒருத்தி இன்னொருத்தி மொலய சப்பறா. இப்டிலாங் கொடவா நடக்கும்?”

“அதான் நடக்குதுல்ல… அத்த நீயும் பாத்துட்டல்ல? நல்ல வூடு கட்ச்சிக்கிதுடி உனுக்கு.”

“அடப் போக்கா” என்று சொன்னாலும் கற்பகத்தின் முகத்தில் சிறிது வெட்கம் தெரிந்தது. நறுக்கிய காய்கறிகளை எடுத்துக்கொண்டு உள்ளே போனாள். “நாங் கெளம்புறண்டி. மாவு அரைக்கணும்” என்று முத்துலட்சுமி கிளம்பினாள்.

கற்பகம் வேலை செய்யும் வீட்டின் சொந்தக்காரர் அதன் பிறகு அடிக்கடி அலுவலகம் போக ஆரம்பித்துவிட்டதால் அவருடைய அறையைச் சுத்தம் செய்யும்போது தயங்காமல் அவளால் உள்ளே போய் வர முடிந்தது. அவர் தன்னுடைய மடிக்கணினியையும் கையோடு எடுத்துச் சென்றுவிடுவதால் அவள் தொந்தரவுக்கு ஆளாகாமல் வேலை செய்தாள்.

என்றாலும் அடிக்கடி அந்த மேஜையின் மீது அவள் கண் சென்று வந்தது. தனியாக இருக்கும் ஆண்களும் திருமணமாகாத

ஆண்களும்தான் இதுபோன்ற படங்களைப் பார்ப்பார்கள் என்று நினைத்துக்கொண்டிருந்த அவளுக்கு இது வியப்பாகத்தான் இருந்தது. 'வூட்டுல கண்ணுக்கு லச்சனமா ஒரு பொம்பல இருக்கும்போதே இவுருக்கு எதுக்கு இந்த வேல?' என்று நினைத்துக்கொண்டாள்.

இட்லிக் கடை போடுவதில் விருப்பமில்லை என்று சொன்ன முத்துலட்சுமி தன் கணவனின் வற்புறுத்தலால் வீட்டு வாசலிலேயே கடை தொடங்கிவிட்டாள். காலையில் இட்லி, ஆப்பம், மாலையில் வடை, இட்லி. கற்பகத்திற்கு இது வசதியாகப் போய்விட்டது. அவள் காலைச் சிற்றுண்டி செய்வதையே நிறுத்திவிட்டாள். அவள் கணவன் போய் இட்லியும் ஆப்பமும் வாங்கி வந்துவிடுவான். மதியம் பையன்கள் பள்ளிக்கூடத்திலேயே சாப்பிட்டுவிடுவார்கள் என்பதால் ஒருவேளை சமைத்தால் போது மென்று ஆனது. இன்னொரு வீட்டிலும் வேலை பார்க்கலாமா என்று யோசிக்க ஆரம்பித்தாள். பெரியவன் பிளஸ் டூ சேரப் போகிறான். அவனைக் கல்லூரியில் சேர்க்கப் பணம் வேண்டும் அல்லவா? கல்லூரிக்குப் போவதற்குள் மோட்டார் சைக்கிள் வேண்டுமென்று கேட்டுக்கொண்டிருக்கிறான். பிளஸ் டூவில் நல்ல மார்க் எடு என்று சொல்லியிருக்கிறாள். இப்போதெல்லாம் மோட்டார் சைக்கிள் ஒரு லட்ச ரூபாய் ஆகிறதாமே என்று மலைத்துப்போயிருக்கிறாள்.

மாலையில் கடைக்குப் போகும்போது முத்துலட்சுமி கூப்பிட்டாள். "இன்னா கற்பகம், ரொம்ப பிசி ஆயிட்ட போலக்கிது" என்றாள்.

"அதெல்லாம் ஒண்ணியு இல்லக்கா. நீ கடபோட்டதுலேந்து எனுக்கு வேல கம்மியாயிட்சி. இன்னூரு வூட்டுக்கு வேலைக்குப் போலாமான்னு பாக்கறேன்."

"அப்படி போடு. நட்ராஜு இன்னா சொல்றான்?"

"ஒடம்ப கெட்த்துக்காதன்னு சொன்னாரு. அவ்ளதான்."

"அவுனுக்கு ஒன் உடம்புமேல அவ்ளோ அக்கற" என்று வில்லங்கமாகச் சிரித்தாள் முத்துலட்சுமி.

"அய்ய... போதும். பேச்சப் பாரு..."

"ஆ... ஆ... வெக்கத்தப் பாரு... உனுக்கு இன்னாடி, செம்ம கட்டயாதான இருக்குற? அது அத அந்தந்த வயசுல அனுபவிக்கனுண்டி"

"சொம்மா இருக்கா. ஆமா... எதுக்கு கூப்ட்ட?"

“அத்த மறந்துட்டம் பாரு. உங்கைல ஒரு விசியம் சொல்னுன்னு நென்ச்சினே இர்ந்தன்.”

“இன்னா விசியம்?”

“கொஞ்சம் இப்பிடி வா.”

“இன்னா இத்தினி பில்டப்பு குடுக்குற?”

“எம் பையனுக்கு இஸ்கோல்ல கம்பூட்டர் குட்த்துகிறாங்க. அதுல நெட்டு போட்டு குடுன்னு கேட்டான். அது இன்னாடான்னு கேட்டன். அது உனுக்கு தெரியாது. நெட்டு இரிஞ்ச்சின்னா நல்லா படிக்கலாம், நியூஸ்லாம் பாத்துக்கலாம்னு சொன்னான். நீ பணம் குடு, நான் பாத்துக்கறேன்னான். குட்த்தேன். இப்பலாம் கம்பூட்டர்லயே பட்ச்சினுகிறான்.”

“பரவால்லியே. அட்த்த வர்சம் எம் பையனுக்கும் கடிக்கு(ம்)ல்ல.”

“கடிக்கு(ம்), கடிக்கு(ம்). இத்த கேளு. சவுண்டா வெச்சினு பாட்டு கேப்பான், படம் பாப்பான். நா ஒண்ணியுங் கண்டுகற்தில்ல. செல சமயம் நானும் அவனாகூட ஒக்காந்திக்கினு படம் பாப்பேன். ஓர்நாள் தனியா ஒக்காந்து பாத்துர்ந்தான். சைலண்டா இர்ந்தான். கம்பூட்டர்லகுட சத்தங் கேக்கல. இன்னாடா பண்றான்னு லேசா எட்டிப் பாத்தா நீ சொன்னிய அந்த மாரி படம் பாத்துக்குனு இருக்கான்...”

“அய்யிய்யோ. ரெண்டு அற வுட்டு கம்பூட்டர புடிங்கி வெச்சியா?”

“அய்ய, அதல்லா எதுக்கு? நீ வேல செய்ற வூட்ல வயசான ஆளே இதல்லாம் பாக்குறான். அப்ப நம்ம பையன் பாக்க மாட்டானா? பணக்காரனுங்க மட்டும்தான் பாக்கணுமா? உங்க ஓனரு மாரியே அவனும் பாக்கறானேன்னு நென்ச்சிக்கினேன்.”

“ரொம்ப பெருமதான் போ...”

“நாளிக்கி உம் பையனும் பாக்கதாண்டி போறான். கைல கம்பூட்டர குட்த்துட்டு பாக்காதன்னா நடக்குமா?”

“அய்ய, நான் அவங் கண்ண நோண்ட்ர மாட்ட(ன்)?”

“அவ உங் கண்ண நோண்ட்ராம பாத்துக்க” என்று சொல்லிச் சிரித்தாள் முத்துலட்சுமி.

காலச்சுவடு, ஜூன் 2023

5

வெல்கம் டு மில்லெனியம்

மலர்வதி தொலைபேசி அழைப்பை எடுக்கவில்லை. அதில் ஒன்றும் ஆச்சரியமில்லை. அவள் எப்போதுமே அப்படித்தான். தொடர்ந்து பலமுறை அடித்தால் எடுத்து சர்வ சாதாரணமாக ஸாரி என்று சொல்லிவிட்டுப் பேச ஆரம்பிப்பாள். அலட்சியம் காரணமல்ல. அப்படி இருந்தால் அவளுடைய நண்பர்கள் பலரும் மீண்டும் அவளை அழைக்கவே கூடாது என்ற முடிவுக்கு வந்திருப்பார்கள். ஒவ்வொரு முறையும் ஒவ்வொரு காரணம் சொல்வாள். அவற்றில் சில பொய்யாகக்கூட இருக்கும். ஆனால் ஏதோ நியாயமான ஒரு காரணம் இருந்திருக்குமென நினைக்குமளவுக்குக் குரலில் நேர்மை இருக்கும். எங்கள் நட்பு வட்டத்தில் இருக்கும் பலருக்கும் இதே எண்ணம்தான் அவளைப் பற்றி இருந்தது. ஆனால் அவசரமாகக் கூப்பிடும்போது மலர்வதி பதிலளிக்காமல் இருந்தால் எக்கச்சக்கமாகக் கோபம் வரும். அடுத்த முறை அவள் கூப்பிடும்போது எடுக்கக் கூடாதென்று தோன்றும். ஒருநாள் நேருக்கு நேராகச் சட்டையைப் பிடித்து உலுக்காத குறையாக இதுபற்றிச் சண்டைபோட்டேன். என்னென்ன காரணங்களால் அழைப்பை ஏற்க முடியாமல்போகிதென்று விளக்கினாள். மனசு சரியில்லை, உடம்பு சரியில்லை, அலுவலகத்தில் ஆலோசனைக் கூட்டம், பேச முடியாத சூழல் எனப் பெரும்பாலும் பொதுவான காரணங்கள்தான் என்றாலும் அவள் பதில் சொன்ன விதம் இதற்காகக் கோபப்பட வேண்டியதில்லை என்ற முடிவுக்கு வரக் காரணமாக இருந்தது.

இப்போதும் அப்படித்தான்; அழைப்பை எடுக்கவில்லை. நான் அழைத்த காரணம் அவசரமானது என்பதால் அந்த அவசரத்தைத் தெரிவித்து ஒரு செய்தி அனுப்பினேன். ஐந்து நிமிடங்களில் அவளே கூப்பிட்டாள். சொல்லு, என்ன அவ்வளோ அவசரம் என்று அவள் கேட்கும்போது கூடவே யாரோ தொண்டையைச் செருமும் சத்தம் கேட்டது. உடன் வேறு சில ஓசைகளும் கேட்டன. கொஞ்சம் இரு என்று சொல்லிவிட்டுச் சில வினாடிகள் கழித்துப் பேச ஆரம்பித்தாள். பின்னணியில் எந்த ஓசையும் இல்லாமல் தெளிவாகக் கேட்டது. தனியிடத்திற்கு வந்து பேசுகிறாள் என்பதும் புரிந்தது. விஷயத்தைச் சொல்லி முடித்தேன். நாளைக்குக் காலைல ஏழு மணிக்கு வீட்டுக்கு வா. ரெண்டு பேரும் போய் பாத்துப் பேசிடுவோம் என்றாள். ஏழு மணிக்குள்ள எழுந்து ரெடியாயிடுவியா என்று கேட்டேன். எல்லாம் ஆயிடுவேன், நீ கரெக்டா வந்து சேரு என்றாள்.

விஷயத்தைச் சொல்லிவிட்ட நிம்மதியை மீறி ஒரு கேள்வி எழுந்தது. அந்தச் செருமல் சத்தம் யாருடையது? ரொம்பவும் தெரிந்த ஆளுடைய சத்தமாக இருந்தது. யாராக இருந்தால் என்ன என்று தோன்றினாலும் தெரிந்த குரலாக இருக்கிறதே என்ற எண்ணம் திரும்பத் திரும்ப வந்துகொண்டிருந்தது. எனக்குத் தெரிந்த ஆளாக இருந்தால் அவருடன்தான் இருக்கிறேன் என்று மலர் சொல்லியிருக்கலாமே. கொஞ்சம் இரு என்று ஏன் தள்ளி வந்து பேசினாள்?

ஒரு பெண் ஒரு ஆணுடன் ஏதோ ஒரு இடத்தில் இருந்தால் அந்த ஆண் யாரென்று கேள்வி எழுப்புவது தவறுதான். ஆனாலும் பழக்க தோஷத்தால் அந்தக் கேள்வி எழுந்துவிடுகிறது. வலிந்து எழுப்பும் கேள்விகளைத் தவிர்க்கும் அளவிற்குத் தானாக எழும் அல்லது தானாக எழுவதாக நாம் நினைத்துக்கொள்ளும் கேள்விகளை நம்மால் தவிர்க்க முடிவதில்லை; குறைந்தபட்சம் என்னால். ஒருபோதும் அந்தக் கேள்வியை அந்தப் பெண்ணிடம் கேட்க மாட்டேன். ஆனால் அந்தச் செருமல் சத்தம் எனக்கு மிகவும் அறிமுகமானதாக இருந்ததால் யார் அவர் என்ற கேள்வி என்னை விட்டு அகலவில்லை.

அடுத்த சில நாட்களில் வேலைகளின் வெள்ளத்தில் அந்தக் கேள்வி மறந்துபோனாலும் திடீரென்று அது என் முன் எழுந்தது. அதற்கான விடையையும் சுமந்து வந்தது. சார்லஸுடன் நெடுநேரம் தொலைபேசியில் உரையாட வேண்டியிருந்தது. அவன் அடுத்த வாரம் மும்பை போவதற்குள் நாங்கள் இருவரும் சேர்ந்து முடிக்க வேண்டிய வேலைகள், மேற்கொள்ள வேண்டிய சந்திப்புகள் ஆகியவை நிறைய இருந்தன. பரிசீலிக்க வேண்டிய

கோப்புகள் நிறையத் தேங்கியிருந்தன. பணியாளர்களின் சந்தேகங்களுக்கு என்னால் முடிந்தவரை பதில்களைக் குறித்துவைத்துவிட்டேன். சில சந்தேகங்களுக்கு என்னால் பதில் சொல்ல முடியாது. அவை பழைய விவகாரங்களின் தொடர்ச்சி என்பதால் சார்லஸுக்குத்தான் தெரியும். அவன் சென்னையில் கணக்குத் தணிக்கை அலுவலகம் நடத்துவதுடன் பெங்களூரில் ஒரு கூட்டாளியுடன் பயண ஏற்பாடு நிறுவனம் ஒன்றையும் நடத்திவருகிறான். கணக்குத் தணிக்கை நிறுவனத்தில் எனக்கு எந்தப் பங்கும் இல்லை என்றாலும் கிட்டத்தட்ட ஒரு கூட்டாளிபோலத்தான் சார்லஸ் என்னை வைத்திருக்கிறான். சம்பளம் வாங்கும் ஊழியனாக இருந்தாலும் நான் சார்லஸின் நெருங்கிய நண்பன் என்பதால் என்னிடம் நிறையப் பொறுப்புகளைக் கொடுத்திருக்கிறான். அவன் இல்லாதபோது முக்கியமான விஷயங்களில் முடிவெடுக்க எனக்கு அதிகாரம் உண்டு. அவன் ஊரில் இல்லாதபோது நான்தான் முதலாளிபோல இருப்பேன். என்னைக் காட்டிலும் முதுநிலையில் உள்ளவர்கள்கூட என்னை முதலாளியாகவே நடத்துவார்கள்.

பேசிக்கொண்டிருக்கும்போது சார்லஸ் தொண்டையைச் செருமினான். அந்த ஓசை மலர்வதியின் தொலைபேசி அழைப்பின் போது எழுந்த கேள்வியை நினைவுபடுத்திப் பதிலையும் சொன்னது. சந்தேகமே இல்லை. அந்தச் செருமல் சார்லஸுடையதுதான். பொதுவாக ஆரோக்கியமான உடல்நிலை கொண்ட அவனுக்கு இந்தத் தொண்டைச் செருமல் பிரச்சினை மட்டும் ஏனோ சரியாகவே இல்லை. இன்னொருவரின் தொலைபேசி வழியே வந்ததால் குழப்பமாக இருந்தது. இப்போது தெளிவாகிவிட்டது. அன்று மலர்வதி இவனுடன்தான் இருந்திருக்கிறாள். அப்படியானால் அவள் ஏன் என்னிடம் அதைச் சொல்லவில்லை? அதில் என்ன பிரச்சினை? இத்தனைக்கும் சார்லஸை அறிமுகப்படுத்திவைத்ததே நான்தான். அவளுடைய நெருங்கிய உறவினர் ஒருவருக்கான கணக்கு வழக்குகளில் இருந்த சிக்கல்களைத் தீர்ப்பதற்காக அவள் என் உதவியை நாடியபோது நான்தான் சார்லஸிடம் அவளை அறிமுகப்படுத்திவைத்தேன். அப்படி இருக்கையில் சார்லஸ் தன்னுடன் இருந்ததை அவள் ஏன் எனக்குச் சொல்லவில்லை என்று குழப்பமாக இருந்தது. சொல்வதற்கான அவசியம் இல்லாதபோது ஏன் சொல்ல வேண்டும் என்றும் தோன்றியது. நான் அவசரமாகப் பேச வேண்டும் என்று சொல்லியிருந்ததால் அந்த விஷயத்தில்தான் கவனம் இருக்குமே தவிர எங்கே இருக்கிறோம், யாரோடு இருக்கிறோம் என்பதையெல்லாம் சொல்ல வேண்டும் என்று தோன்றாது என்றும் யோசித்துப் பார்த்தேன். எது எப்படி

இருந்தாலும் இது தேவையில்லாத ஆராய்ச்சி என்ற எண்ணத்துடன் அந்தச் செருமலை மறக்க விரும்பினேன்.

○

ஆனால், அது என்னை மறக்க விடவில்லை. ஒரு வாரம் கழித்து கேத்ரின் மாலை நேரத்தில் அலுவலகம் வந்திருந்தாள். அவள் அணியும் ஜீன்ஸும் டி–ஷர்ட்டும் எப்போதுமே சிறப்பாக இருக்கும். மாநிறம் கொண்டவர்கள் பொதுவாக அணியத் தயங்கும் அடர் வண்ணங்களையும் கேத்ரின் அணிவாள். அவளுடைய உடல் மொழியில் தெரியும் கம்பீரம் அந்த உடைக்கே தனி அழகைக் கொடுக்கும். சற்றே பருமனாக இருப்பதைப் பற்றிக் கவலைப் படாத தன்னம்பிக்கையும் அவள் முகத்திலும் உடல் மொழியிலும் தெரியும். அதுவே அவளை அழகாக்குகிறது என்று தோன்றும். அன்று நீலநிற டி–ஷர்ட்டும் கறுப்பு ஜீன்ஸும் அணிந்திருந்தாள். மற்ற பெண்களைப் போலக் கைப்பை வைத்திருக்க மாட்டாள். இரு தோள்களிலும் மாட்டியபடி முதுகில் ஒட்டியிருக்கும் பையைத்தான் எப்போதும் வைத்திருப்பாள். வந்ததும் என்னுடைய அறைக்குள் நுழைந்து, "சால்ஸ் எப்போ வருவான்னு தெரியுமா?" என்றாள். கார் இல்லாததைப் பார்த்து அவன் இல்லை என்னும் முடிவுக்கு வந்திருப்பாள் என்பதைப் புரிந்துகொண்டேன். "உக்காரு" என்றேன். "நைஸ் டி–ஷர்ட்" என்றேன். புன்னகையோடு அதை ஏற்றுக்கொண்டாள். "டீ சாப்படறயா?" என்றேன். "வேண்டாம். சால்ஸ் எப்ப வருவான்? ஷோக்கு டயமாச்சு" என்றாள். "வந்துருக்க வேண்டிய நேரம்தான். ஃபோன் பண்ணிப் பாத்தியா?"

கேத்ரின் உதட்டைச் சுழித்தாள். "பண்ணாம இருந் துருப்பேனா? அவன் எடுத்தாதானே" என்றாள். கூலிங் கிளாஸைக் கழற்றி டி–ஷர்ட்டில் மாட்டிக்கொண்டு, "நீ ட்ரை பண்ணிப் பாரு" என்றாள். நான் என் ஃபோனை எடுத்து அவன் எண்ணை அழைப்பதற்குள் கார் வரும் சத்தம் கேட்டது. சார்லஸ் நேராக என்னுடைய அறைக்கு வந்தான். கேத்ரினைப் பார்த்து, "நீ எப்ப வந்த?" என்றான். "ஒன்னோட மொதல் பொண்டாட்டி இருக்கும்போது என்னைக்கூட உனக்குக் கண் தெரியுதா?" என்றாள் கேத்ரின். சார்லஸும் நானும் சிரித்தோம். "அஞ்சு நிமிஷத்துல வந்துடறேன்" என்று சொல்லிவிட்டு சார்லஸ் வெளியேறினான்.

"வேலையெல்லாம் எப்டி போயிட்ருக்கு?" என்று கேட்டாள் கேத்ரின்.

"அதுக்கென்ன, நல்லாத்தான் போகுது. காலைல ஒன்பது மணிக்கு வந்தா ராத்திரி எட்டு மணிக்கு முன்னால சீட்ட விட்டு எழுந்திருக்க முடியல. அவ்வளவு வேலைன்னா பாத்துக்க."

மெல்லிய புன்னகையுடன் கேத்ரின் தலையாட்டினாள். மொபைலை எடுத்துப் பார்க்க ஆரம்பித்தாள். "உன் பிசினஸ் எப்டி போகுது?" என்றேன். "அதுக்கு ஒண்ணும் கொறச்சல் இல்ல. நான்தான் க்ளையன்ட்ஸை ரெஸ்ட்ரிக்ட் பண்ணிக்கறேன்."

"ஒரு ஆஃபீஸ் போட்டு இன்னும் பெருசா பண்றதுதானே? கன்சல்டேஷனோட நிறுத்திக்காம நீயே எடுத்து செஞ்சிதரலாம் இல்லயா?"

"வேணாம்பா. இதுவே போதும். டென்ஷன் இல்லாம இருக்கணும். அதுதான் முக்கியம். ரெண்டு பேரும் டெய்லி 12 மணிநேரம் பிஸியா இருந்தா மத்த விஷயங்கள் எப்படி கவனிக்கறது?"

"அது சரி."

சார்லஸ் திரும்பி வந்தான். இருவரும் கிளம்பினார்கள்.

"பேங்ளூர் ஃபைல் எந்த லெவல்ல இருக்கு?" என்றான் சார்லஸ்.

"ஃபைனல் ஸ்டேஜ்" என்றேன்.

"நைட் கூப்புட்றேன். ஏதாவது இஷ்யூஸ் இருந்தா டிஸ்கஸ் பண்ணிக்கலாம்."

"அவனே ஒம்போது மணிக்குதான் வீட்டுக்குப் போறான். அதுக்கப்புறம் நீ கூப்டியானா மது கட்டையை எடுத்து இவம் மண்டைய பொளந்துடுவா. காலைல பேசிக்கோ" என்ற கேத்ரின், "பை ராம்" என்று சொல்லிவிட்டுக் கூலிங் கிளாஸை எடுத்து மாட்டிக்கொண்டு கிளம்பினாள். சார்லஸ் புன்னகையுடன் அவளைப் பின்தொடர்ந்தான்.

அவர்கள் போனதும் மீண்டும் வேலையில் மூழ்கினேன். ஏழு மணி அளவில் ஒருவழியாக வேலையை முடித்துவிட்டு எழுந்து கை கால்களை நீட்டிச் சோம்பல் முறித்தேன். டேபிளில் வைத்திருந்த பிரட் பஜ்ஜி ஆறியிருந்தது. இன்டர்காமில் செக்யூரிட்டியை அழைத்தேன். "சூடா ஏதாவது இருந்தா வாங்கிட்டு வாங்க. அப்படியே ஃப்ளாஸ்க்ல காஃபி வாங்கிடுங்க" என்று சொல்லிப் பணம் கொடுத்தேன். "இத எடுத்து வெளில போடுங்க" என்றேன் பிரட் பஜ்ஜியைச் சுட்டிக்காட்டி.

சூடாக இரண்டு வடைகளைச் சாப்பிட்டுக் காபி குடித்த போது கேத்ரினைப் பற்றிய நினைவுகள் மனதில் ஓடின. என்னையும் சார்லஸையும் வைத்துக் கிண்டலடித்தாலும் அவளுக்கு என்னை ரொம்பவும் பிடிக்கும். சார்லஸிடம் பேச முடியாத விஷயங்களையெல்லாம் என்னிடம் சொல்லுவாள்.

சார்லஸைப் பற்றி வேறு யாரிடமும் எதிர்மறையாகப் பேச மாட்டாள். அவ்வப்போது மதுமிதாவுக்கு ஃபோன் செய்து பேசுவாள். போன மாதம்கூட வீட்டுக்கு வந்திருந்தாள். மதுவின் பிறந்தநாளுக்கு அழகான புடவை ஒன்றைப் பரிசளித்து விட்டுப் போனாள்.

கேத்ரினைப் பற்றி யோசிக்கும்போது போன வாரம் அவள் தொலைபேசியில் அழைத்தது தற்செயலாக நினைவுக்கு வந்தது. பெரும்பாலான நேரங்களில் சார்லஸைப் பற்றி விசாரிப் பதற்காகத்தான் அழைப்பாள். அப்போதும் அப்படித்தான். "சால்ஸ் எங்கப்பா போனான்? ஃபோனே எடுக்க மாட்டேங்கறான்" என்றாள். "தெரியல. கூப்ட்டு பாக்கறேன்" என்று சொன்னேன். ஆனால் கூப்பிடவில்லை. அன்றுதான் வேறொரு அவசர விஷயமாக மலரைத் தொடர்புகொள்ள முயற்சி செய்துகொண் டிருந்தேன். பலமுறை அடித்தும் அவள் எடுக்காததால் செய்தி அனுப்பிய பின் அவள் பேசினாள். அப்போதுதான் அந்தச் செருமல் சத்தம் கேட்டது என்பது இப்போது நினைவுக்கு வந்தது.

இது உனக்குத் தேவையில்லாத வேலை. யாரோ யாருடனோ நெருக்கமாகப் பழகினால் உனக்கென்ன என்ற கேள்வி முதலில் எழுந்தது. இது சுயநலம் பிடித்த கேள்வியென்று அதைப் புறந்தள்ளினேன். ஒவ்வொரு நாளும் எத்தனையோ ஆண், பெண்கள் ஒன்றாகப் பயணிப்பதை, திரைப்படம் பார்ப்பதை, உணவகத்தில் அருந்துவதை, காஃபி ஷாப்களில் அரட்டை அடிப்பதைப் பார்க்கிறோம். அவர்கள் யார், ஏன் அங்கே இருக்கிறார்கள் என்றெல்லாம் கேள்வி எழுப்பிக் கொள்கிறேனா? மலர்வதி எனக்குத் தூரத்துச் சொந்தம். சார்லஸ் என் நண்பன். மலர்வதியின் கணவன் சுவாமிநாதனும் என் நண்பன். சார்லஸின் மனைவி கேத்ரின் எனக்கு அன்பான தோழி. இவர்கள் சம்பந்தப்பட்ட ஒரு விஷயத்தை யாரோ, யாருடனோ என்று எப்படி எடுத்துக்கொள்ள முடியும்? அப்படி எடுத்துக்கொள்வது சுயநலம். இதில் எனக்குச் சம்பந்தம் இருக்கிறது. பங்கு இருக்கிறது. மலரால் தங்கள் குடும்பத்தில் ஏதாவது பிரச்சினையென்றால் கேத்ரின் என்னைத்தான் முதலில் கேட்பாள்.

ஆனால் ஒரே ஒருநாள் இருவரும் ஒரே இடத்தில் இருந்தார்கள், எத்தனை முறை அழைத்தாலும் எடுக்கவில்லை என்பதை வைத்து எப்படி ஒரு முடிவுக்கு வர முடியும்? அப்படியே வந்தாலும் மலரிடமோ சார்லஸிடமோ இதைப் பற்றி எப்படிப் பேச முடியும்? நீ யார் என்னைக் கேட்க என்று இருவருமே சொல்ல மாட்டார்கள் என்பது நிச்சயம். இதில் கவலைப்படவோ கேள்வி கேட்கவோ என்ன இருக்கிறது? ரெண்டு பேரும் காஃபி ஷாப்பில் சந்திப்பது தவறா, முக்கியமாக

ஏதாவது பேசிக்கொண்டிருக்கும்போது அழைப்புக்குப் பதிலளிக்காதது தவறா என்று அவர்கள் கேட்டால் என்ன பதில் சொல்வது? தவிர, மலரும் சார்லஸும் எனக்கு எவ்வளவு நெருக்கமாக இருந்தாலும் இப்படியெல்லாம் அவர்களிடம் கேட்கும் தைரியம் எனக்கில்லை. முதலில் இன்னொருவரின் அந்தரங்கத்தில் நுழைவதில் தயக்கம். அதை ஒருவழியாகத் தாண்டினாலும் எப்படி என்னைப் பார்த்து இப்படி ஒரு கேள்வி கேட்கிறாய் என்று அவர்கள் திரும்பக் கேட்டுவிட்டால் பிறகு அவர்கள் முகத்திலேயே என்னால் விழிக்க முடியாது. அவர்களை அசிங்கப்படுத்திவிட்ட குற்றவுணர்வு என்னைப் பற்றிக்கொள்ளும். மலரிடமாவது பயங்கரமான பீடிகை போட்டுக்கேட்டுவிடலாம். ஆனால் சார்லஸிடம் கேட்கவே முடியாது. அவனைப் போன்ற பெருந்தன்மையான, நேர்மை யான மனிதர்களை நான் மிக அரிதாகவே சந்தித்திருக்கிறேன். அவனிடம் இப்படியெல்லாம் பேசவே முடியாது.

அவனுடைய ஆளுமை மலரை அவன்பால் ஈர்த்திருக்கலாம். அது சாதாரண ஈர்ப்பாகவும் இருக்கலாம்; அசாதாரணமான தாகவும் இருக்கலாம். ஆனால் சந்தேகம் தொனிக்கும் கேள்வியை அவனிடம் கேட்க முடியாது. மலரிடம் கேட்டு அவள் அவனிடம் சொல்லிவிட்டால் வேறு வினையே வேண்டாம். எங்கிட்ட ஏதாவது பிரச்சினைன்னா எங்கிட்டயே பேச வேண்டியதுதானே என்று கேட்பான். அதை என்னால் எதிர்கொள்ள முடியாது. அதன் பிறகு இங்கே என்னால் நீடிக்க முடியாது. இதைப் போன்ற வேறு இடம் எளிதில் கிடைக்காது. சுயநலமாகவே இருக்கட்டும். என்னால் இதைப் பற்றிப் பேசிவிட்டு அவன் முகத்தைப் பார்க்க முடியாது.

இப்போது என்ன ஆகிவிட்டது? தொடர்ந்து அழைப்புகள் வந்தும் அவற்றை எடுக்காமல் இருவரும் பேசிக்கொண் டிருந்தார்கள். அவ்வளவுதானே. இதை ஏன் பெரிதாக எடுத்துக்கொள்ள வேண்டும்? நல்லவேளையாகக் கேத்ரினுக்கு இது தெரியாது. அப்படியே இருக்கட்டும். இதை அப்படியே விட்டுவிட வேண்டியதுதான்.

○

விட முடியாது என்பதை உணர எனக்கு அதிக காலம் ஆகவில்லை. அடுத்த சில வாரங்களில் கேத்ரின் நான்கைந்து முறை எனக்கு ஃபோன் செய்து "சால்ஸ் எங்கப்பா போனான்? ஃபோனே எடுக்க மாட்டேங்கறான்?" என்று அவஸ்தையோடு கேட்டாள். "கூப்ட்டு பாக்கறேன்" என்று சொல்லிவிட்டு நானும் அழைத்தேன். அவன் எடுக்கவில்லை. "*Cathrine is trying to reach you in vain*" என்று செய்தி அனுப்பிவிட்டு அதை மறக்க முயற்சி செய்தேன். போன வாரம் கேத்ரின் போன் செய்து, "ஸாரி ராம். உன்ன ரொம்ப தொல்லப்படுத்தறேன். இந்த சால்ஸ் ஏன் இப்படிப் பண்றான்னு தெரியல" என்றாள். அவள் குரலில் சிறிய விம்மல் எட்டிப் பார்த்ததும் என் மனம் கலங்கியது. "நான் கூப்பிட்டு பாக்கறேன். எப்டியும் ஈவ்னிங் வருவான். அப்போ அவங்கிட்ட இதப் பத்தி பேசறேன். நீ ஒண்ணும் சண்டபோடாத" என்றேன்.

"தேங்ஸ் ராம்" என்றாள் கேத்ரின். அவள் குரலில் சிறு ஆசுவாசம் தெரிந்தது.

என் குறுக்குப் புத்தி அப்போது வேலை செய்தது. சார்லஸுக்கு அடிப்பதற்குப் பதில் மலருக்கு அடித்தேன். எதிர்பார்த்தபடியே எடுக்கவில்லை. திரும்பத் திரும்ப அடித்தேன்; எடுக்கவில்லை. என் இதயம் படபடக்க ஆரம்பித்துவிட்டது. அவள் வேறு இடத்தில்கூட இருக்கலாம். ஆனால் மனம் அவர்கள் இருவரையும் ஒன்றாக வைத்துக் கற்பனை செய்து கொண்டது. எவ்வளவு முயன்றாலும் அதைத் தவிர்க்க முடிய வில்லை. ஒருவேளை அவள் அவனுடன் இருந்தால் நான் கூப்பிட்டுக்கொண்டிருப்பதைச் சொல்லியிருப்பாள். கேத்ரின் தன்னை அழைத்துக்கொண்டிருப்பதை அவன் நினைத்துப் பார்ப்பான். அவனுடைய கூர்மையான மூளை இரண்டையும் இணைத்துப் பார்க்கும். நான் உளவு பார்க்கிறேன் என்று நினைப்பான். தற்செயலாக நான் அழைத்ததாகவும் நினைக்கலாம். ஆனால் நான் உளவு பார்ப்பதாக அவன் நினைக்கவே சாத்தியக் கூறுகள் அதிகம். என் படபடப்பு அதிகரித்து. அவளைக் கூப்பிட்டிருக்கவே கூடாது. மாலையில் அவனிடம் கேத்ரின் சார்பில் பேசவும் முடியாது. பெரிய முட்டாள்தனம் செய்து விட்டேன்.

மாலையில் சார்லஸைப் பார்த்தபோது படபடப்பை மறைத்துக்கொண்டு வழக்கம் போல் பேசினேன். அவன் முகத்திலோ குரலிலோ எந்த மாற்றமாவது தெரிகிறதா எனக் கவனித்தேன்; துளிக்கூடத் தெரியவில்லை. மலர் வழக்கம்போல அழைப்பை எடுக்காமல் இருந்திருக்கிறாள். அவள் வேறு இடத்திலும் இருந்திருக்கலாம். இவனுடன் இருந்திருந்தாலும் என் அழைப்புகளைப் பற்றி இவனிடம் சொல்லவில்லை. அப்படியானால் இவனும் கேத்ரினின் அழைப்புகளைப் பற்றிப் பேசியிருக்க மாட்டான். நல்லவேளை. தப்பித்தேன். மீண்டும் கேத்ரின் இவனைப் பற்றிப் புகார் செய்தால் நேரடியாக இவனிடமே பேசிவிடலாம். கேத்ரினின் மன வருத்தத்தை அவள் சார்பில் சொல்வதை இவன் தவறாக எடுத்துக்கொள்ள மாட்டான்.

அடுத்த நாள் கேத்ரின் அலுவலகத்திற்கு வந்தாள். வழக்கம் போலவே ஜீன்ஸ், டி–ஷர்ட் அணிந்திருந்தாள். ஆனால் இரண்டும் அவ்வளவு கச்சிதமாகப் பொருந்திப்போகவில்லை. அதுபற்றி எதுவும் சொல்லாமல் "டீ சாப்பிடறயா?" என்று கேட்டேன். "சாப்பிடலாம். ஆனா வெளிய போய் சாப்பிடலாம்" என்றாள். "எனக்கு நெறய வேலை இருக்கும்மா" என்றேன். "பரவாயில்லை வா" என்றாள். "சால்ஸ் எங்கே?" என்று அவள் கேட்கவில்லை என்பது அப்போதுதான் உறைத்தது. சார்லஸ் இருக்க மாட்டான் என்று தெரிந்தே வந்திருக்கிறாள் என்று பட்டது. "வா போகலாம்" என்றாள். வழக்கமான புன்னகை அவள் முகத்தில் இல்லை.

கிளம்பினேன். என்னுடைய இருசக்கர வாகனத்தில் இருவரும் சென்றோம். வண்டி கிளம்பியதும் கண்ணாடியைச் சற்றே திருப்பி அவள் முகத்தைப் பார்த்தேன். அவள் சாலையை வெறித்துப் பார்த்துக்கொண்டிருந்தாள். கூலிங் கிளாஸ் அணிந்திருந்ததால் கண்களைப் பார்க்க முடியவில்லை. முகத்தில் எந்தச் சலனமும் இல்லை. புன்னகைக்காதபோது அவள் உதடுகள் அவ்வளவு அழகாக இல்லையென்று பட்டது. கண்ணாடியைப் பழைய நிலைக்குத் திருப்பிவிட்டு அண்ணாசாலை புகாரி உணவகத்திற்கு வண்டியை ஓட்டினேன்.

புகாரியில் முதல் தளத்தில் இரு நாற்காலிகள் மட்டுமே கொண்ட மேசையில் அமர்ந்துகொண்டோம். சமோசா கொண்டு வரச் சொல்லிவிட்டு அவளைப் பார்த்தேன். அவளும் என் முகத்தை நேராகப் பார்த்து ஒரு கேள்வி கேட்டாள்.

"இந்த மலர்வதி எப்படிப்பட்ட பொண்ணு?"

எனக்கு முதுகுத்தண்டு சில்லிட்டது. கேதரின் எப்படி இந்தக் கோணத்தைப் பிடித்தாள் என்று புரியவில்லை. எதைப் பற்றி அவளிடம் பேசக் கூடாதென்று நினைத்தேனோ அதைப் பற்றியே எடுத்த எடுப்பில் கேட்கிறாள்.

"ஏன் கேக்கற?" என்றேன்.

'இந்த டுபாகூர் வேலைதானே வேணான்றது' என்பது போல ஒரு பார்வை பார்த்துவிட்டு உதட்டைக் கிண்டலாகச் சுழித்தபடி, "ராம், நெஜமா சொல்லு, நான் ஏன் கேக்கறேன்னு உனக்குத் தெரியாது?"

இந்த நேரடித் தாக்குதலை நான் எதிர்பார்க்கவில்லை. உண்மையில் இதற்கு என்ன பதில் சொல்வதென்று எனக்குத் தெரியவில்லை. மலர்வதி – சார்லஸ் விஷயத்தில் எனக்குச் சந்தேகம் இருப்பது வாஸ்தவம்தான். ஆனால் சந்தேகத்தை மட்டும் வைத்துக்கொண்டு என்ன சொல்ல முடியும்? இப்போது

இவள் நேரடியாக அவளைப் பற்றிக் கேட்கிறாளென்றால் இவளுக்கு ஏதோ தெரிந்திருக்க வேண்டும். அது என்னவென்று தெரியாமல் எப்படிப் பேசுவது?

"கேத்ரின் ... சத்தியமா சொல்றேன். நீ என்ன கேக்றன்னு எனக்குப் புரியல. மலர் எப்படிப்பட்ட பொண்ணுன்னா பொதுவா நல்ல பொண்ணு. ஹெல்ப்பிங் டென்டென்சி உள்ள பொண்ணு. நெறய ஃப்ரெண்ட்ஸ் அவளுக்கு உண்டு. ஹஸ்பெண்ட் பேங்க்ல வேல பாக்கறான். இவ எஜுகேஷன் ஃபீல்டுல வேலை செய்யற என்ஜிஓல பிஆர் டிபார்ட்மென்ட்ல இருக்கா. அவளோட ஊர் சுத்தற சுபாவத்துக்கு இது பொருத்தமான வேலை. மூணு நாலு லேங்குவேஜ் அவளுக்குத் தெரியும். இதுதான் அவளைப் பத்தின ஷார்ட் ப்ரொஃபைல். இதெல்லாம் உனக்கும் தெரிஞ்சதுதானே ..."

"அதான் நானும் சொல்றேன். எனக்குத் தெரிஞ்சதையே சொல்றதுக்கா நான் ஒன்ன கேக்கறேன்?"

"ஸ்பெஸிஃபிக்கா கேளு கேத்ரின், கொழப்பாத."

சமோசா வந்தது. ஒரு சமோசாவை எடுத்து நிதானமாகச் சாப்பிட ஆரம்பித்த கேத்ரின், "சால்ஸ் மலரோட க்ளோஸா இருக்கானோன்னு தோணுது ராம். அவங்க ரெண்டு பேரையும் அங்க இங்க பாத்ததா எங்கிட்ட சில பேர் சொன்னாங்க. சாலஸ் ஃபோன் பல சமயம் நாட் ரீச்சபிள் ஏரியால இருக்கறத வெச்சிப் பாக்கும்போது எனக்கு அந்த சந்தேகம் வருது."

"யார் சொன்னது?"

"அதுவா முக்கியம்? நீயா இருந்தா சொல்லியிருக்க மாட்ட. உனக்கு சால்ஸ்தான் முக்கியம். மலர் வேற உன் சொந்தக்காரப் பொண்ணு."

எனக்குக் கோபம் வந்தது.

"சில்லியா பேசாத கேத்ரின். சார்லஸ் என் க்ளோஸ் ஃப்ரெண்டு தான். எனக்கு ரொம்ப முக்கியம்தான். அதுக்காக உன்னைப் பத்தி கவலப்படாம இருப்பேன்னு நெனச்சியா? எவ்ளோ க்ளோஸ் ஃப்ரெண்டா இருந்தாலும் என்னோட சொந்த அண்ணன் தம்பியா இருந்தாலும் இந்த விஷயத்துல நான் சப்போர்ட் பண்ண மாட்டேன். அப்புறம் என்ன சொன்ன, மலர் என் ரிலேட்டிவா? ஆமா, என் சித்தியோட தம்பி பொண்ணு. அதுக்காக? தப்பு யார் செஞ்சாலும் தப்புதான். நீ இந்த மாதிரி பேசுவன்னு எதிர்பார்க்கல."

"ஹே ... கூல். ஏதோ ஃப்ரஸ்ட்ரேஷன்ல சொல்லிட்டேம்பா. சீரியஸா எடுத்துக்காத. ஒன்ன பத்தி எனக்குத் தெரியாதா?"

என் படபடப்பு அடங்கவில்லை.

"ஸாரி ராம். நா அப்டி கேட்டது தப்புதான். தயவுசெஞ்சு அதை மறந்துரு. இப்ப பிரச்ன என்னவோ அதப் பத்தி பேசு."

நான் பெருமூச்சுவிட்டேன். சிறிது நேரம் பேசாமல் இருந்தேன். சமோசா தட்டை என் பக்கம் தள்ளினாள். நான் எடுத்துக் கொள்ளவில்லை. சார்லஸ், மலர் இருவரின் முகங்களும் என் கண்முன் வந்தன. இவர்களிடம் நேரடியாக இதுபற்றிக் கேட்கும் தைரியம் எனக்கு வரும் என்று தோன்றவில்லை. இது எந்த அளவுக்கு உண்மை என்பதும் தெரியவில்லை.

"வேற ஏதாவது வேணுமா?" என்றார் சர்வர்.

"ரெண்டு டீ. பத்து நிமிஷம் கழிச்சி கொண்டுவாங்க" என்றாள் கேத்ரின். அவர் நகர்ந்ததும், "சொல்லு ராம். இப்ப என்ன பண்ணலாம்?"

நான் சிறிது நேரம் சமோசாவையே பார்த்துக்கொண் டிருந்தேன். புகாரி சமோசா எனக்கு மிகவும் பிடிக்கும். ஆனால் இப்போது சாப்பிடத் தோன்றவில்லை. நிமிர்ந்து கேத்ரினைப் பார்த்தேன்.

"இது உண்மையா இருக்கும்னு நெனைக்கறயா?" என்றேன்.

"அப்படித்தான் தோணுது."

"நீயே ஏன் சார்லஸ்கிட்ட பேசக் கூடாது?"

"பயமா இருக்கு ராம். கன்ஃபர்ம் ஆகாம எப்டி பேசறது? அதுவும் நானே பேசிட்டா அது நேரா பீக்குக்குப் போறா மாதிரில்ல இருக்கும்?"

"என்ன பண்ண சொல்ற?"

"அததான் உங்கிட்ட கேக்கறேன்."

நான் பதில் சொல்லவில்லை. என் கைவிரல் நகங்களில் பார்வையை ஓட்டியபடி யோசித்தேன். பிறகு சொன்னேன்.

"அவசரப்பட வேணாம். முதல்ல எப்படியாவது கன்ஃபாம் பண்ணிக்கணும். நாம சந்தேகப்படறோம்னு தெரியாம அதைச் செய்யணும். அவங்கமேல தப்பு இல்லன்னா ரொம்ப ஹர்ட் ஆயிடுவாங்க. அதுல ரொம்ப ஜாக்ரதையா இருக்கணும். கன்ஃபாம் ஆச்சுன்னா அப்புறம் யாரை விட்டுப் பேசலாம்னு யோசிக்கலாம்."

"கன்ஃபாம்னா என்ன ராம்? எவ்ளோ தூரம் போனா கன்ஃபாம்னு எடுத்துக்க முடியும்? அவங்க ரெண்டு பேரும் இப்ப

இங்க வந்தாகூட நாம அவங்களை அக்யூஸ் பண்ண முடியாது. இப்ப நம்ம ரெண்டு பேரும் வரலயா? அது மாதிரிதான் அதுவும் இருக்கும். அவங்க ரெண்டு பேருக்கும் ரிலேஷன்ஷிப் இருக்குன்னு கன்ஃபாம் பண்றது முடியவே முடியாத காரியம். பிரைவேட் டிடக்டிவ வெச்சு இன்வெஸ்டிகேட் பண்ணினாகூட இதை கன்ஃபாம் பண்ண முடியாது. நாங்க ஜஸ்ட் ஃப்ரெண்ட்ஸ்னு சொல்லிட்டு போக முடியும். இப்பல்லாம் இந்த மாதிரி நட்பு சகஜம்."

"அப்படீன்னா நீ ஏன் கவலைப்படறே? அப்டியே விட்டுடு."

"இல்ல ராம். எனக்குத் தெரியும், ஏதோ தப்பு நடக்குதுன்னு."

"எப்டி சொல்ற?"

"உனக்கு புரியாது ராம். தப்பா எடுத்துக்காத. நீ வேற ஒரு ரிலேஷன்ஷிப்ல இருந்தா மது அதை மோப்பம் பிடிச்சிடுவா. இதையெல்லாம் ப்ரூவ் பண்ண முடியாது. ஆனா தெரிஞ்சிடும். ஒரு பேச்சுக்காக சந்தேகம்னு சொன்னேன். ஆனா எனக்கு சந்தேகமே கிடையாது ராம். சார்லஸ் ஈஸ் டெஃபனட்லி இன் அஃபேர் வித் ஹர்."

டீ வந்தது. இருவரும் பேசாமல் குடித்தோம். எவ்வளவு கலக்கமான மனநிலையில் இருந்தபோதும் புகாரி டீயை ரசிக்க முடிந்தது.

"இப்ப என்ன பண்றது?"

"யோசி ராம். எனக்கு ஐடியா இருந்தா சொல்லியிருக்க மாட்டேனா?"

நான் தலையாட்டினேன்.

"சால்ஸ்கிட்ட நீ பேச மாட்டல்ல?"

நான் சங்கடத்தில் ஆழ்ந்தேன்.

"கேத்ரின், ஒனக்கே தெரியும். சார்லஸ் என் ஃப்ரெண்டா இருந்தாலும் நான் அவன் மேல எவ்ளோ மதிப்பு வெச்சிருக் கேன்னு. என்னால சத்தியமா அவங்கிட்ட இதைப் பத்தி பேசவே முடியாது கேத்ரின். ப்ளீஸ் அண்டர்ஸ்டாண்ட்..."

"அப்ப மலர்கிட்ட?"

"ரெண்டும் ஒண்ணுதான். அவ இவங்கிட்ட சொல்லிட மாட்டாளா?"

"அப்ப என்ன பண்றது?"

“திரும்பத் திரும்ப இந்தக் கேள்விக்கே வந்து நிக்கறோம். கொஞ்சம் டயம் குடு, யோசிச்சு சொல்றேன்.”

“நான் என்ன டயம் குடுக்கறது? நீ நல்லா யோசி” என்று பெருமூச்சுவிட்டபடி பில்லுக்குப் பணம் வைத்துவிட்டு கூலிங் கிளாஸை எடுத்து மாட்டிக்கொண்டாள் கேத்ரின். “டயமாச்சு ராம். ஜான் ஸ்கூல்லேந்து வந்துடுவான். நான் போகணும். என்ன வீட்டுல விட்டுட்டு நீ ஆஃபீஸ் போ” என்றாள்.

❍

அடுத்து வந்த சில நாட்களில் இதைப் பற்றி அதிகம் யோசிக்க வில்லை. ஒருநாள் திடீரென்று மலர்வதியும் சுவாமிநாதனும் ஆறு மணிவாக்கில் அலுவலகம் வந்தார்கள். மலர்வதி அதிசயமாக டி–ஷர்ட் அணிந்திருந்தது ஆச்சரியமாக இருந்தது. “வாங்க... என்ன திடீர்னு ரெண்டு பேரும் வந்துருக்கீங்க?” என்றேன்.

“அஜித் படத்துக்குப் போறோம். ஃபஸ்ட் டே, ஃபஸ்ட் ஷோ. சத்யம்ல. பக்கத்துலதான உங்க ஆஃபீஸ். பாத்துட்டு போலாம்னு வந்தோம்” என்றாள் மலர் மிக உற்சாகமாக.

“டி–ஷர்ட்லாம் புதுசா இருக்கு?”

“நல்லால்லியா?”

“சே சே... கியூட்டா இருக்கு. நீ இந்த மாதிரியெல்லாம் போட மாட்டியேன்னு கேட்டேன்.”

“நல்லா கேளுங்க ராம். எப்பப் பாத்தாலும் சாயம்போன சுடிதார எடுத்து போட்டுகிட்டு போறா” என்றான் சுவாமிநாதன்.

“நா சாயம்போன சுடிதார போட்டுக்கறது உனக்கு அவ்ளோ கஷ்டமா இருந்தா புதுசா ஒரு டஜன் சுடிதார் வாங்கிக் குடு” என்றாள் மலர்.

“எனக்கென்ன கஷ்டம். நீ எத வேண்ணா போட்டுக்கோ.”

“அப்ப வாய மூடு” என்று கைக்குட்டையால் அவன் முதுகில் செல்லமாக அடித்தாள்.

அப்போது சார்லஸ் உள்ளே நுழைந்தான். சுவாமிநாதன் எழுந்து கை குலுக்கினான். இருவரும் பரஸ்பரம் குசலம் விசாரித்துக்கொண்டார்கள்.

“மூடியிருந்த கதவைத் தாண்டி உங்க குரல் கேட்குது. நீங்க மட்டும் ஜாலியா பேசிட்டு இருக்கீங்களேன்னு உள்ள வந்தேன்” என்றான் சார்லஸ். நான் எழுந்து போய் அவனுக்கு ஒரு

நாற்காலி எடுக்க முனைந்தேன். என்னை உட்காரச் சொல்லி விட்டு அவனே போய் எடுத்து வந்து உட்கார்ந்தான்.

"எங்க கௌம்பிட்டீங்க?" என்றான்.

"அஜித் படத்துக்கு. ஒரு டிக்கெட் எக்ஸ்ட்ரா இருக்கு. யாராவது வரீங்களா?" என்றான் சுவாமிநாதன்.

சார்லஸ், "சான்சே இல்ல. நாளைக்கு கிளையன்ட் ஆஃபீஸ்ல மீட்டிங். அதுக்கு ப்ரிபேர் பண்ணணும்" என்றான்.

"நீ வரியா?" என்றாள் மலர்.

"அஜித் படத்துக்கு நான் மட்டும் போயிட்டு வந்தா மது என்னை வெட்டி போட்ருவா. குடும்பத்துல குழப்பம் பண்ணாம போயிட்டு வாங்க" என்றேன். மூவரும் சிரித்தார்கள்.

"டீ சாப்பட்றீங்களா?" என்றான் சார்லஸ்.

"இல்ல. சத்யம்ல மசாலா பொடி தூவி பாப்கார்ன் சாப்பிடணும். இங்க டீ சாப்டா அந்த மூடே போயிடும்" என்றாள் மலர்.

இருவரும் கிளம்பிப் போனார்கள். சார்லஸ் கொஞ்ச நேரம் பேசிக்கொண்டிருந்துவிட்டுத் தன் அறைக்குப் போனான். நாளைய கூட்டத்திற்கான விஷயங்களைத் திரட்ட அவனுக்கு இரவு பத்து மணி ஆனாலும் ஆகிவிடும்.

கொஞ்ச நேரம் பட்டாசு மாதிரி ஓசை எழுந்து ஓய்ந்த அந்த அறையின் அமைதி வழக்கத்தை விடவும் கனமாகத் தெரிந்தது. நான் மின்னஞ்சல்களைப் பார்க்க ஆரம்பித்தேன். தினமும் கிளம்புவதற்குள் அன்றைக்கு வந்த எல்லா மின்னஞ்சல்களுக்கும் பதில் போட்டுவிடுவேன் அல்லது என்ன செய்ய வேண்டும் என்பதைக் குறித்துக்கொள்வேன். கையும் கண்களும் மின்னஞ்சல் களில் உலவிக்கொண்டிருந்தாலும் மனம் அந்த மூன்று பேரையும் சுற்றி வந்துகொண்டிருந்தது. சார்லஸிடமோ மலரிடமோ சந்தேகத்துக்குரிய எந்தச் சுவடும் தெரியவில்லை. கூடவே இருப்பவர்களுக்குத் தெரியும் என்றாளே கேத்ரின். அவளுக்குத் தெரிந்தது சுவாமிநாதனுக்குத் தெரியவில்லையென்றால் ஒன்று அவள் அதீதக் கற்பனையில் இருக்க வேண்டும் அல்லது சுவாமிநாதன் தத்தியாக இருக்க வேண்டும்; அல்லது எதையும் வெளியில் காட்டிக்கொள்ளாதவனாக இருக்க வேண்டும். இவற்றில் எது சரி என்பதைக் கண்டுபிடிப்பது கஷ்டம். ரொம்பவும் கவலைப்படாதே என்று கேத்ரினைக் கூப்பிட்டுச் சொல்ல வேண்டும்போல் இருந்தது.

அடுத்த வாரமே இந்தச் சிக்கல் மீண்டும் என் மனதில் புது வடிவம் எடுத்தது. வீட்டுக்கு வரும்போது சாப்பிட ஏதாவது வாங்கி வரும்படி மதுமிதா சொல்லியிருந்தாள். சார்லஸ் இரண்டு நாள் பயணமாகப் பாண்டிச்சேரி போயிருக்கிறான். எனவே எனக்குக் கிளம்பத் தாமதமாகிவிட்டது. ஜி.என். செட்டி சாலையிலுள்ள உணவகத்தில் சப்பாத்தி வாங்க நின்றிருந்த போது சுவாமிநாதன் உள்ளே வருவதைப் பார்த்தேன்.

“தனியாவா ஹோட்டலுக்கு வந்தீங்க? மலர் வரலயா?” என்றேன்.

“அவ என்ஜிஓல ஸ்டூடன்ட்ஸுக்கு ஏதோ ட்ரெய்னிங் ஏற்பாடு பண்ணியிருக்காங்களாம். ரெண்டு நாள் பாண்டிச்சேரில கேம்ப்” அதான் என்றான். எனக்குச் சுரீரென்றது. எதையும் காட்டிக்கொள்ளாமல் பேசினேன். கொஞ்ச நேரம் பேசிக் கொண்டிருந்துவிட்டு சுவாமிநாதன் சாப்பிடப் போனான். நான் பொட்டலத்தை வாங்கிக்கொண்டு வெளியே வந்தேன். மனம் கலங்கியிருந்தது. எனக்குத் தேவையில்லாத விஷய மென்று விட்டுவிடலாம். ஆனால் கேத்ரின் வந்து பேசிய பிறகு அப்படி இருக்க முடியவில்லை. என்ன செய்வதென்றும் தெரியவில்லை.

❍

கேத்ரினிடம் பேசவே பயமாக இருந்தது. அடிக்கடி தொலைபேசியில் பேசும் வழக்கம் அவளுக்கு இல்லை. அலுவலகத்திற்கும் வருவதில்லை. வேலையில் மும்முரமாக இருப்பாளென்று நினைத்துச் சமாதானப்படுத்திக்கொள்ள முயன்றேன்; முடியவில்லை. நானாகக் கூப்பிட்டுப் பேசலாம். எப்படி இருக்கிறாள் என்று விசாரிக்கலாம். ஆனால் சார்லஸ், மலர் பற்றிய பேச்சு வந்தால் என்ன சொல்வது? ஒருவேளை தன்னுடைய சந்தேகம் தவறு என்ற முடிவுக்கு அவளே வந்திருப்பாளோ. அல்லது சந்தேகம் அதிகமாகி மன அழுத்தத்தில் இருக்கிறாளா. எப்படித் தெரிந்துகொள்வது?

நீண்ட தயக்கத்திற்குப் பிறகு ஒருநாள் அழைத்தேன். அவள் குரலில் பழைய உற்சாகம் இல்லை. ஆனாலும் சகஜமாகப் பேசினாள். பொதுவாகச் சில விஷயங்களைப் பற்றிப் பேசிவிட்டு முக்கியமான விஷயத்தை எடுத்தேன். “இப்போ எப்டி இருக்கு?” சற்றே தணிந்த குரலில் ‘எது எப்படி இருக்கு’ என்று குத்தலாகக் கேட்டுவிடுவாளோ என்று பயந்தேன். நல்லவேளை. அப்படி எதுவும் கேட்கவில்லை. “தெரியல ராம்... சால்ஸ் எப்பவும் போலத்தான் இருக்கான். நல்லாதான் பேசறான்...” என்றதும் நான் பரபரப்பாகி, “அப்புறம் என்ன? அப்டியே விட்டுடு” என்றேன்.

"இல்ல ராம். நீ ஏதோ ஒரு சொல்யூஷன் கிடைக்கணும்னு துடிக்கற. நான் என்ன நடக்குதுன்னு தெரிஞ்சிக்கத் தவிக்கறேன். ஏதோ ஒண்ணு சரியில்லன்னு எம் மனசு அழுத்தமா சொல்றது. அப்பப்ப நான் கேள்விப்படற விஷயங்களும் அதை ஸ்ட்ரெங்தன் பண்ணுது. ஆனால் ப்ரூஃப் இல்லாம இதைக் கிளற முடியாது. கிளறினாலும் அடுத்தது என்னன்னு யோசிக்கணும். இதுல நெறய சிக்கல் இருக்கு ராம். எப்படிப் போகுதுன்னு பாக்கலாம். இதுல உன்னையும் இழுத்து விட்டுட்டேன்னு கஷ்டமா இருக்கு..."

"உளறாத கேத்ரின். நான் வேத்து மனுஷன் இல்ல..."

"தெரியும் ராம். இல்லன்னா ஒங்கிட்ட சொல்லியிருப்பேனா? ஆனா ஒன்னாலயும் ஒண்ணும் பண்ண முடியாது இல்லயா? போகட்டும் விடு. பாத்துக்கலாம். அப்றமா கூப்பட்றேன்."

என் குற்ற உணர்வு மேலும் வலுப்பெறுவதை உணர்ந்தேன்.

○

அடுத்த ஒரு மாதம் வேலை அதிகமாக இருந்தது. கோடை விடுமுறை தொடங்கிவிட்டதால் சார்லஸும் கேத்ரினும் ஜானும் மேற்கத்திய நாடுகளுக்குச் சுற்றுப் பயணம் போயிருந்தார்கள். பயண ஏற்பாடுகளுக்காக சார்லஸ் நடத்திவரும் நிறுவனத்தில் வெளிநாட்டுப் பயணத் திட்டம், அவன் நிறுவனத்தில் பெரிய வரவேற்பைப் பெற்ற திட்டம். இரண்டாண்டுகளுக்கு ஒருமுறை அவனும் குடும்பத்தோடு கிளம்பிவிடுவான். பயண ஏற்பாடுகளில் நானும் மதுமிதாவும் உதவி செய்தோம். மதுமிதா ஆறு மாத கர்ப்பமாக இருந்தாலும் தன்னால் முடிந்த உதவிகளைச் செய்தாள். சார்லஸ் வீட்டிலேயே இரண்டு நாள் தங்கித் துணி மணிகள், இதர பொருட்களையெல்லாம் எடுத்து வைக்க உதவினாள். குழந்தை பிறந்து கொஞ்சம் வளர்ந்த பிறகு நாமும் இப்படி வெளிநாடு போக வேண்டுமென்று என்னிடம் சொன்னாள். கண்டிப்பாக என்று பதில் சொன்னேன். எவ்வளவு செலவாகுமென்று மனம் கணக்குப் போட ஆரம்பித்தது.

கிளம்புவதற்கு முந்தைய பத்து நாட்களில் கேத்ரின் மிகவும் உற்சாகமாக இருந்தாள். ஜானும் பரவசத்துடன் இருந்தான். சார்லஸுக்கும் உற்சாகம் தொற்றிக்கொண்டது. அவர்கள் மூவரையும் பார்க்க எனக்குப் பெரிய ஆசுவாசமாகவும் நிம்மதியாகவும் இருந்தது. மலர் விவகாரம் சந்தேகமாகவே முடிந்துவிடட்டுமென்று மனதார வேண்டிக்கொண்டேன்.

கடந்த மாதத்தில் ஒருநாள் மலர் அலுவலகத்திற்கு வந்தாள். சார்லஸ் அலுவலகத்தில் இல்லை. டி–ஷர்ட்டும் ஜீன்ஸும்

அணிந்து பார்க்க அட்டகாசமாக இருந்தாள். சுவாமிநாதனும் அவளும் சில நண்பர்களுடன் கிழக்குக் கடற்கரைச் சாலையில் ஒரு ரிசார்ட்டுக்குப் போவதாகவும் மொபைல் பவர் பேங்கை என்னிடமிருந்து இரவல் வாங்கிச் செல்ல வந்ததாகவும் சொன்னாள். "என்னோடது தொலைஞ்சிடிச்சு ராம்" என்றாள் சிணுங்கலாக. என்னுடைய பவர் பேங்க்கை மகிழ்ச்சியோடு எடுத்துக் கொடுத்தேன். மனம் லேசாக ஆகியிருந்தது.

○

சார்லஸ் ஊரில் இல்லாதபோது அலுவலகம் தொடர்பான அவசர வேலையாக எனக்கு மும்பை போக வேண்டியிருந்தது. வெள்ளி, சனி என்பதால் ஞாயிறும் அங்கே தங்கி என்னுடைய பெரியப்பா பையன் குருபிரசாத்தைப் பார்த்து விட்டு வரலாம் என்று முடிவு செய்தேன். சனிக்கிழமை மாலையே விடுதி அறையைக் காலிசெய்துவிட்டு அவன் வீட்டுக்குப் போய்விட்டேன். அவன் மனைவி சாப்பிட்டுவிட்டுச் சீக்கிரமே படுத்துவிட்டாள். பையன் புதுதில்லியில் படிக்கிறான். கடைசி செமஸ்டருக்குத் தயாராகிக்கொண்டிருக்கிறான் என்று சொன்னான் குரு. இரவு உணவு முடித்து பால்கனியில் உட்கார்ந்தோம். மது பாட்டிலையும் கோப்பைகளையும் அங்கே வைத்திருந்தான். நான் அளவோடு எடுத்துக்கொண்டேன். பல ஆண்டுகள் கழித்துச் சந்தித்ததில் எங்களுக்குப் பேசிக்கொள்ள நிறைய இருந்தன.

குரு என்னைவிடப் பத்து வயது பெரியவன். விளையாட்டு, படிப்பு என்று எல்லாவற்றிலும் கெட்டிக்காரன். நண்பர்கள், உறவினர்கள் என்று எங்கள் வட்டம் பெரியது. யாருக்கு என்ன பிரச்சினை என்றாலும் குரு முன்னால் வந்து நிற்பான். அடிதடி, போலீஸ் என்று எதற்கும் தயங்க மாட்டான். நண்பர்களின் காதல் திருமணத்திற்கு உதவுவது, நண்பர்களுடன் உல்லாசப் பயணங்களுக்கு ஏற்பாடு செய்வது, மோட்டார் சைக்கிளை எடுத்துக்கொண்டு பெங்களூர், கன்னியாகுமரி என்று பறப்பது என அவன் வாழ்க்கையே பரபரப்பாக இருக்கும். இப்போது கறுப்பும் வெளுப்பும் கலந்த தலைமுடியும் தாடியுமாய் அமைதியாகத் தெரிந்தான். முன்பைவிட அழகாக இருந்தான். சென்னையிலுள்ள நண்பர்கள், உறவினர்களைப் பற்றியெல்லாம் விசாரித்தான். சார்லஸ், கேத்ரின் பற்றியும் பேச்சு வந்தது. மலர்வதி எப்படி இருக்கிறாள் என்று அவன் கேட்டபோது எனக்குச் சற்று திடுக்கென்று இருந்தது. மலர்வதி அவனுக்கும் தூரத்துச் சொந்தம் என்பதால் அது இயல்பான கேள்விதான் என்பதும் சட்டென்று உறைத்தது. நன்றாக இருக்கிறாள். என்ஜிஓ மூலம், புரட்சி செய்கிறாள் என்று சொல்லிவிட்டு நான்

விட்டிருக்க வேண்டும். மங்கிய நிலவொளியில் பால்கனியில் அமர்ந்திருந்த அந்தச் சூழலும் உள்ளே போன சங்கதியால் உண்டான மெல்லிய போதையும் சேர்ந்து என் வாயைத் திறந்துவிட்டன. சார்லஸ் – மலர் விவகாரம் பற்றிப் பேச ஆரம்பித்துவிட்டேன்.

பொறுமையாகக் கேட்டுக்கொண்டிருந்த குரு, “எனக்கு இதெல்லாம் முன்னயே தெரியுண்டா” என்றான். நான் அதிர்ந்தேன்.

“மும்பைல இருக்கற உங்க கிளையன்ட் ஆஃபீஸ்க்கு சால்ஸ் போன மாசம் வந்திருந்தான் இல்லயா, அப்போது மலரும் வந்திருந்தா. அந்த ஆஃபீஸ்ல எனக்கு சில ஃப்ரெண்ட்ஸ் இருக்காங்க. அதுல ஒருத்தன் இவங்க ரெண்டு பேரையும் லாட்ஜ்ல பாத்ததா சொன்னான். மலர் உன் ரிலேட்டிவ்ன்றதுனால சொல்றேன், வம்பு பேசறேன்னு நெனைக்காதன்னு ஃபுட்நோட் வேற குடுத்தான்.”

நான் ஆடிப்போனேன். போதை சட்டென்று இறங்கியது போல் இருந்தது. மும்பையில் ஒரே லாட்ஜில் இருவரும் இருந்திருக்கிறார்கள். இதற்கு மேல் என்ன நிரூபணம் வேண்டும்? கேத்ரினிடம் இதை எப்படிச் சொல்வது?

“என்ன யோசிக்கற?” என்றான் குரு. சொன்னேன்.

“கேத்ரின் கிட்ட எதுவும் சொல்லாத. இப்ப பேசறா மாதிரியே தொடர்ந்து பேசு. அப்டியே மெய்ன்டன் பண்ணிக்கோ” என்றான்.

“இந்தப் பிரச்னைக்கு என்னதான் தீர்வு?” என்றேன்.

“இது ஒரு பிரச்னயே இல்லை” என்றான்.

“என்னடா சொல்ற?” என்றேன் குழப்பத்துடன்.

குரு ஓரிரு நிமிடங்கள் மௌனமாக இருந்தான். “சித்ரான்னு ஒரு சின்னப் பொண்ணு. முன்னல்லாம் மலர் வீட்டுக்கு வருவாளே ஞாபகம் இருக்கா?” என்றான். நான் பதில் சொல்வதற்குள், “நீ அப்ப சின்னப் பையன். ஞாபகம் இருக்க வாய்ப்பில்ல. மலர் ஒன்னவிட சின்னப் பொண்ணு. அவளுக்கும் சித்ரா யாருன்னு தெரியாது. மலரோட அண்ணன் முத்து அவளவிட ஒம்போது வயசு பெரியவன். அவன்தான் சித்ராவ படிக்கவெச்சான். அந்த சித்ரா யாரு தெரியுமா?”

“நான்தான் சின்னப் பையனாச்சே, எனக்கு எப்படித் தெரியும். நீயே சொல்லுப்பா பெரிய மனுஷா” என்றபடி இன்னொரு மிடறு குடித்தேன்.

“அவ மலரோட அப்பாவோட பொண்ணு. அதாவது அவங்கப்பாவோட ரெண்டாவது பொண்டாட்டியோட

பொண்ணு. அன்னஃபிஷியல். அந்தப் பொண்டாட்டிய பூந்தமல்லில ஒரு வீட்டுல வெச்சிருந்தாரு. அப்பா அடிக்கடி வீட்டுக்கு வராம வெளில தங்கறத பாத்துட்டு முத்துவுக்கும் அவங்க அம்மாவுக்கும் பெரிய சந்தேகம். அவங்க அம்மா கலங்கிப் போயிட்டாங்க. முத்துக்கு அரசல் புரசலா விஷயம் தெரிஞ்சுது. ஆவேசமாயிட்டான். எங்கிட்ட விஷயத்த சொல்லி அந்தத் தேவடியா முண்டய கண்டுபிடிச்சு வெட்டணும்டான்னான். அவ தேவடியான்னா உங்கப்பா யாருடான்னு நான் கேட்டேன். அவள வெட்டுவ, உங்கப்பாவை வீட்ல வெச்சு கொஞ்சுவியான்னு கேட்டேன். வேற யாராவது கேட்ருந்தா முத்து கை நீட்டி யிருப்பான். கேட்டது நான்றதுனால அடங்கினான். போவோம், கண்டுபிடிப்போம். ஆனா கலாட்டா பண்ணினா உங்க குடும்ப மானம்தான் சந்தி சிரிக்கும். உங்க அப்பாகிட்ட சண்டபோட்டு அவரைத் தக்கவெச்சிக்கப் பாருன்னு சொன்னேன். சரின்னான். போனோம். பல விதமா அலசி ஆராய்ஞ்சி கண்டுபிடிச்சோம். அந்த வீட்டைப் பாத்ததும் ரெண்டு பேருக்கும் பயங்கர ஷாக்."

குரு நிறுத்தினான். இன்னொரு மிடறு ஊற்றிக்கொண்டு மேற்கொண்டு பேசினான். முத்துவின் அப்பா ரகசியமாகக் கல்யாணம் செய்துகொண்ட அந்தப் பெண்ணுக்கு அப்போது 20 வயது இருந்திருக்கும். அவளுக்கும் முத்து அப்பாவுக்கும் பெண் குழந்தை ஒன்று இருந்தது. வீட்டில் இருந்த படம் அதை உறுதிப்படுத்தியது. முகவரி கேட்கும் சாக்கில் அந்த வீட்டுக்குச் சென்ற அவர்கள் தண்ணீர் வாங்கிக் குடித்தபடி நோட்டமிட்டார்கள். அந்தப் பெண் நல்ல வெண்ணிறத்துடன் லட்சணமாக இருந்தாள். வீட்டில் வறுமையின் சின்னங்கள் அழுத்தமாகப் படிந்திருந்தன. அவள் கட்டியிருந்த புடைவையைப் பார்க்கச் சகிக்கவில்லை. முத்துவுக்குப் பேச்சே வரவில்லை. அமைதியாகத் திரும்பினார்கள்.

வீடு திரும்பியதும் அப்பாவைத் தனியே அழைத்துக் கொண்டு போய் சண்டைபோட்டிருக்கிறான். 'நீயெல்லாம் ஒரு மனுஷனாய்யா, கட்டின பொண்டாட்டிக்குத் துரோகம் செஞ்சிட்டு சின்னப் பொண்ணோட வாழ்க்கையையும் கெடுத்துட்டு நிக்கறயே. இதுல ஒரு கொழந்த வேற. இதையெல்லாம் சமாளிக்க பணம் இருந்தாலும் பரவாயில்ல. ஒரு வீட்ட காப்பாத்தவே வக்கில்ல. இதுல சின்ன வீடு வேற. த்தூ ...' என்று திட்டியிருக்கிறான். அவன் அப்பா கல்லைப் போல அசையாமல் அமைதியாக இருந்தாராம்.

அடுத்த ஒரு வருடத்திற்குள் விபத்தில் அவர் இறந்து போனதும் முத்து திகைத்துப்போனான். படித்துக்கொண்டே

வேலைக்குப் போய்க் குடும்பத்தைக் காப்பாற்றினான். குருவின் உதவியுடன் அந்தப் பெண்ணுக்கும் வருமானத்திற்கு ஏற்பாடு செய்தான். குழந்தை வளர்ந்ததும் படிப்புச் செலவை ஏற்றுக்கொண்டான். இப்போது சித்ரா படித்து முடித்து நல்ல வேலையில் இருக்கிறாள். அவள் அம்மாவும் வேலைக்குப் போகிறாள்.

நான் சிறுவனாக இருக்கும்போது சித்ராவை ஓரிரு முறை முத்துவின் வீட்டில் பார்த்திருக்கிறேன். யார், என்ன என்றெல்லாம் கவலைப்பட்டதில்லை. இப்போது மொத்தக் கதையையும் கேட்டபோது வியப்பாக இருந்தது. முத்துவை நினைத்து மனம் நெகிழ்ந்தது. சிறிது நேரம் எதுவும் பேசத் தோன்றாமல் அமைதியாக இருந்தேன். பிறகு, "இதையெல்லாம் ஏன் இப்ப சொல்ற?" என்று கேட்டேன்.

குரு சிரித்தான். "மலரோட அப்பா கல்யாணத்துக்கு அப்புறம் வேற ஒருத்திய காதலிச்சு சின்ன வீடு செட் பண்ணினாரு. மலர் அதே விஷயத்த வேற மாதிரி பண்றா. அவ அப்பாவுக்கு எல்லை தாண்டி ஆசை வந்தபோது அது அவருக்கு ஒரு கமிட்மெண்டா மாறுது. இப்ப கமிட்மெண்ட்டுன்னு ஒரு விஷயம் இல்ல. ரெண்டு பேரும் அவங்கவங்க எடத்துல வசதியா இருப்பாங்க. வேற ஒரு தேவைக்காக இப்படி ஒண்ணு வெச்சிப்பாங்க. க்ரேஸ் வடிஞ்சதும் விலகிடுவாங்க. நோ கமிட்மெண்ட். ஜஸ்ட் என்ஜாய்மெண்ட்" என்று சொல்லிக் கடகடவென்று சிரித்தான்.

"அப்ப கேத்ரின், சுவாமிநாதன் இவங்களோட நிலை?"

"ஒண்ணும் ஆகாது. இவங்களா புகுந்து பிரச்ன பண்ணாம இருந்தா அது தானா போயிடும். அப்டியே விட்டுட்டா தானா தெளிஞ்சிடும். சால்ஸ் ஃபேமலி டூர் போவலயா, மலர் தன் ஹப்பியோட ரிசார்ட்டுக்குப் போகலயா? எல்லாம் நடக்கும். உனக்குத்தான் இது அதிர்ச்சியா இருக்கு" என்றான்.

எனக்குப் பேச்சே வரவில்லை.

"வெல்கம் டு மில்லெனியம்" என்றவன், "ரொம்ப லேட்டா சொல்றேன். என்ன பண்றது? இப்பதானே நீயும் கேக்கற" என்றான்.

கிழக்கு டுடே, ஜூன் 2023

6

ஊட்டி வளர்த்த கதை

நான் உள்ளே நுழைந்தபோது வீடு கலவர பூமிபோல இருந்தது. தொலைக்காட்சியில் கார்ட்டூன் படம் சத்தமாக ஓடிக்கொண்டிருந்தது. மஞ்சு முகத்தில் கோபம் தாண்டவமாட தீபுவை எரித்துவிடுவதுபோலப் பார்த்துக்கொண்டிருந்தாள். சில விநாடிகளுக்கு முன்பு அவள் போட்ட பெரும் சத்தம் படியேறிக்கொண்டிருந்தபோது எனக்குக் கேட்டது. அதற்கு முன்பு பாத்திரம் உருண்டு ஓடும் சத்தம் கேட்டது. தரையெங்கும் தயிர் சிதறிக் கிடந்தது. தீபு அச்சத்தில் உறைந்தவளாய் நின்றிருந்தாள். மஞ்சு ஊட்டிவிட்ட உணவு அவள் கன்னத்தில் ஈஷியிருந்தது. நான் உள்ளே நுழைந்ததும் தீபு ஆபத்பாந்தவனைப் போல என்னைப் பார்த்தாள். நான் அவளையும் மஞ்சுவையும் மாறிப் பார்த்தேன். தரையில் இறைந்து கிடந்த உணவை மிதிக்காமல் உள்ளே வந்து தொலைக்காட்சியின் சத்தத்தைக் குறைத்துவிட்டு அதை அணைத்தேன். தீபுவின் மருண்ட விழிகள் என்னையே பின் தொடர்ந்துகொண்டிருந்ததை என்னால் உணர முடிந்தது. என்ன ஆச்சு என்று கேட்டால் மஞ்சுவுக்கு இன்னும் கோபம் வரும் என்பதால் எதுவும் பேசாமல் தரையில் கிடந்த பாத்திரத்தை எடுத்துக்கொண்டு போய்த் தேய்க்கப் போட்டேன். தோளிலிருந்த பையை உள்ளே வைத்துவிட்டுக் கீழே சிதறியிருக்கும் உணவுத் துணுக்குகளைத் திரட்டி எடுப்பதற்கான கருவிகளை எடுத்து வந்தேன். அதற்குள் சற்றே கோபம் தணிந்திருந்த மஞ்சு என்னிடமிருந்து அவற்றை வாங்கிக்கொண்டு, "நீ போய் கொஞ்சம் தயிர் சாதம் கலந்து எடுத்துட்டு வா. இந்த ராங்கி இன்னும் சாப்பிடவேயில்லை" என்றாள்.

அரவிந்தன்

நான் தீபுவை அழைத்துக்கொண்டு போய் அவள் முகத்தைக் கழுவிவிட்டேன். அவளைத் தூக்கித் தோளில் வைத்தபடி சமையலறைக்குப் போய்த் தயிர் சாதம் கலந்தேன். நான் பேசாமல் இருப்பதே தீபுவின் அச்சத்தை அதிகரிக்கச் செய்யும் என்பது எனக்குத் தெரியும். தயிர் சாதக் கிண்ணத்தில் ஒரு தேக்கரண்டியைப் போட்டுக்கொண்டு கூடத்திற்கு வந்தேன். தீபுவை சோபாவில் உட்காரவைத்துவிட்டு அவளை நேருக்கு நேராகப் பார்த்தேன். அவளும் என்னை வைத்த கண் வாங்காமல் பார்த்தாள். திட்டப் போறியா, அடிக்கப் போறியா, கத்தப் போறியா என்பது போன்ற கேள்விகள் அந்தப் பார்வையில் தெரிந்தன. நான் வேண்டுமென்றே என் எதிர்வினையைத் தாமதப்படுத்தினேன்.

மஞ்சு வேலையை முடித்துவிட்டு வந்து உட்கார்ந்தாள். கிண்ணத்தைப் பார்த்துவிட்டு, "இன்னும் கொஞ்சம் தயிர் போடு. ரொம்ப திக்கா இருக்கு. மென்னிய புடிக்கும்" என்றாள். கிண்ணத்தை எடுத்துக்கொண்டு எழுந்தேன். "பக்கத்துல ஹாட்பேக்ல பீன்ஸ் கறி இருக்கும், அதையும் போட்டுக் கொண்டுவா" என்றாள். அப்படியே செய்தேன். வீடு அமைதியாக இருந்தது. மஞ்சுவின் முகத்தில் இயல்பு நிலை கொஞ்சம் எட்டிப் பார்த்தது. "என்ன பண்ணினா?" என்று கேட்டேன்.

"என்ன பண்ணினாளா? சொல்பேச்சே கேக்கறதில்ல. கார்ட்டூன் பாத்துட்டே சாப்பட்றது பிரச்சனை இல்ல. ஆனா ஊட்டும்போது ஒழுங்கா காமிக்கணுமா வேணாமா? ஊட்ட வரும்போது மூஞ்சி மூஞ்சிய திருப்பிக்கறது. கார்ட்டூன் படத்தை விட்டு கண்ண எடுக்கறது கடயாது. பாத்துட்டுப் போ, வேண்டாங்கல. வாய ஒழுங்கா காமிச்சா ஊட்டி முடிச்சிட்டு நான் பாட்டுக்கு என் வேலைய பாப்பேன்ல? சொல்லிட்டே இருந்தேன். காதுலயே போட்டுக்கல. வாய்ல ஊட்ற சாதம் கன்னத்துலயும் கழுத்துலயும் விழுது. அதான் ஒண்ணு போட்டேன். உடனே அழுக. கைய கால ஆட்டிக்கிட்டே எழுந்து ஓடினா. பாத்தரம் செதறு தேங்கா மாதிரி உருண்டுது. அப்பதான் சத்தம் போட்டேன். நீயும் வந்துட்ட. இனிமே நீயாச்சு உம் பொண்ணாச்சு. எப்படி ஊட்டுவியோ தெரியாது" என்றாள்.

"ஆடாம உக்காருடின்னா கேக்கறதில்ல. வாய ஒழுங்கா தொறன்னா கேக்கறதில்லை. இந்தப் பக்கமா ஒக்காருன்னா கேக்கறதில்ல. சொல்பேச்சே கேக்கறதில்ல. டிவிய ஆஃப் பண்ணினா எதோ பெல்ட்டால அடிச்சா மாதிரி வீல் வீல்னு அழுக. என்னால சமாளிக்கவே முடியல" என்று சொல்லும்போது மஞ்சுவின் குரலில் சிறு விசும்பல் கசிந்தது.

நான் தீபுவை நோக்கித் திரும்பினேன். "சொல்பேச்சு கேக்க மாட்டியா?" என்றேன். இதற்கு என்ன பதில் சொல்வது என்பது

போல தீபு என்னைப் பார்த்தாள். "சொல்பேச்சு கேக்காட்டா என்ன நடக்கும்னு தெரியுமா?" என்று கேட்டேன். அதற்கும் எதுவும் சொல்லாமல் என்னையே பார்த்துக்கொண்டிருந்தாள். கிண்ணத்தைக் கையில் எடுத்துக்கொண்டேன்.

"சொல்பேச்சு கேக்காத ஒரு புறாவுக்கு நடந்த ப்ராப்ளம் உனக்குத் தெரியுமா?" என்றேன்.

"எந்தப் புறா?" என்றாள்.

"அது ஒரு குட்டிப் புறா. ஒன்ன மாதிரி சின்னக் கொழந்த" என்றேன்.

தீபுவின் முகம் மலர்ந்தது. ஒரு வாய் ஊட்டிவிட்டேன். எந்த பிரச்சினையும் இல்லாமல் வாங்கிக்கொண்டாள்.

"அந்தப் புறாவுக்கு என்ன ப்ராப்ளம்?" என்றாள். நான் மஞ்சுவை ஓரக் கண்ணால் பார்த்தேன். அவளும் கதை கேட்க ஆர்வமாக இருப்பதுபோலத் தோன்றியது. உற்சாகமாகச் சொல்லத் தொடங்கினேன்.

"அது ஒரு பெரிய்ய ஊரு. நம்ம இருக்கறா மாதிரி சிட்டி கிடையாது. வில்லேஜ். நெறய மரம் செடியெல்லாம் இருக்கும். ரொம்ப தூரத்துக்கு வயல் இருக்கும். அந்த ஊர்ல ஒரு பெரிய மலை இருந்தது."

"இப்ப இல்லையா?"

"இருக்கும். மலை எங்க போகும். அங்கயேதான் இருக்கும்." இன்னொரு வாய் உள்ளே போனது.

"அந்தப் புறா?"

"சொல்றேன். அந்த மலைக்கு அடியில பெரிய தோட்டம். அந்தத் தோட்டத்துல நெறய பேர்ட்ஸ் இருந்தது. இந்தப் புறாவும் அங்கதான் இருந்தது."

"தனியாவா?" இன்னொரு வாய்.

"தனியா எப்படி இருக்கும்? அம்மா, அப்பா, தாத்தா, பாட்டி, சித்தப்பா, சித்தி, மாமா, மாமி, அண்ணன், அக்கான்னு நெறய புறா. மொத்தம் ரிலேட்டிவ்ஸ்லாம் சேத்து ஃபார்ட்டி டோவ்ஸ். எல்லாம் கலர் கலரா இருந்தது. ஆஷ் கலர், ரெட் கலர், ப்ளூ கலர்னு நெறைய கலர்ல டோவ்ஸ். இந்தக் குடிப் புறா ஆஷ் அண்ட் ரெட் கலர்ல இருந்தது."

தீபுவின் கண்கள் விரிந்தன. இன்னொரு தேக்கரண்டி. "அந்த ஆஷ் அண்ட் ரெட் கலர் டோவ்க்கு என்ன ப்ராப்ளம்?"

“சொல்றேன்...” இன்னொரு தேக்கரண்டி. தொலைக்காட்சி பக்கமே தீபு திரும்பவில்லை.

பஞ்ச தந்திரக் கதையில் வரும் புறாக் கதையை வளர்த்துக் கொண்டு போனேன். பள்ளிக்கூடத்தில் கேட்டு, பிறகு புத்தகத்திலும் படித்த கதை. புறாக்களெல்லாம் ஒன்றாகப் பறந்து சென்றன. வழியில் வேடன் விரித்த வலையை அறியாமல் தானியங்களைத் தின்னச் சில புறாக்கள் விரும்பின. கிழப் புறா எச்சரித்தது. மற்ற புறாக்கள் அது சொல்வதை ஒப்புக்கொண்டாலும் குட்டிப் புறா கீழ்ப்படியாமல் தனியாகச் சென்று வலையில் மாட்டிக்கொண்டது. அதைக் காப்பாற்றுவதற்காக அத்தனை புறாக்களும் வந்து வலையில் மாட்டிக்கொண்டு அந்த வலையுடன் சேர்ந்து பறந்து சென்று வேடனிடமிருந்து தப்பின. பிறகு தங்கள் நண்பனான எலியின் உதவியுடன் வலையை அறுத்துக்கொண்டு வீடுவந்து சேர்ந்தன. இந்தக் கதைக்குக் கண், மூக்கு, காது வைத்து, வசனங்களையெல்லாம் இன்றைய மொழியில் சொல்லி வளர்த்துக்கொண்டு போனேன். கிண்ணத்தில் இருந்த உணவின் அளவைப் பார்த்துக்கொண்டே கதையை வளர்த்தினேன். கிண்ணம் காலியான பிறகும் கதை முடியவில்லை. “இப்ப ஒரு சின்ன ப்ரேக்” என்று சொல்லிவிட்டு அவள் வாயைக் கழுவிவிட்டுத் தண்ணீர் குடிக்கச் சொன்னேன். மீதிக் கதையை என் மடிமீது படுத்தபடி கேட்டாள்.

“வீட்டுக்கு வந்ததும் எல்லாப் புறாவும் அந்தக் குட்டிப் புறா மேல கோவமா இருந்தது. ஆனா தாத்தா புறா அவங்கள அடக்கிடுச்சு. பாவம் சின்ன கொழந்த தெரியாம செஞ்சிடிச்சு. இனிமே அது பெரியவங்க சொல்ற பேச்சு கேட்டு நடந்துக்கும். இல்லயா செல்லம் என்று தாத்தா புறா சொல்லிச்சு. ஆஷ் அண்ட் ரெட் கலர் புறா தலையை ஆட்டி தாத்தாவுக்கு தேங்ஸ் சொல்லிச்சு ... இனிமே சொல்பேச்சு கேக்கறன் தாத்தான்னு சொல்லிச்சி.”

குழந்தைகளுக்குக் கதை சொல்லும்போது கதையிலிருந்து அறியும் நீதி என்று எதுவும் சொல்லக் கூடாதென்று எங்கேயோ படித்திருக்கிறேன். இதுதான் கதையின் செய்தி என்று சொல்வது குழந்தைகளின் கற்பனையைக் கட்டுப்படுத்திவிடும் என்று அந்தப் புத்தகத்தில் போட்டிருந்தது. ஆனால் நான் இந்தக் கதையைச் சொன்னதே சொல்பேச்சு கேட்க வேண்டுமென்று சொல்வதற்காகத்தான். அதைச் சொல்லாவிட்டால் மஞ்சு என்னைச் சும்மா விட மாட்டாள். அதனால் நீதியை அந்தப் புறாவின் வாயிலிருந்தே வரவழைத்தேன்.

“தூங்கிட்டா” என்றாள் மஞ்சு. அவள் முகம் இயல்பு நிலைக்கு முழுமையாகத் திரும்பியிருந்தது. “டெய்லி வந்து இப்படி ஒரு கதை சொல்லுப்பா. எனக்குப் பெரிய நிம்மதியா இருக்கும்” என்றாள்.

“ஆஃபீஸ்ல குடுக்கற சம்பளத்த குடுத்துடு. டெய்லி புக்ஸ் படிச்சு ஒண்ணு என்ன, பத்து கத சொல்றேன்” என்றேன்.

“பெத்த பொண்ணுக்கு கத சொல்றதுக்குப் பணம் கேக்கறயே, வெக்கமா இல்ல?” என்றாள்.

“சத்தம் போடாதே. எழுந்தரப் போறா” என்றேன் சிரித்துக் கொண்டே.

“அவ இப்போதைக்கு எழுந்துக்க மாட்டா. காலைலதான் எழுந்துருப்பா. தூக்கிட்டுப் போய் பெட்ல போட்டுட்டு வா. சாப்பிடலாம்” என்றாள்.

“நான் இன்னம் ட்ரெஸ்ஸே மாத்தல” என்று சொன்னபடி தீபுவைத் தூக்கிக்கொண்டு உள்ளே போனேன்.

❍

குழந்தைகள் தாமாகச் சாப்பிடத் தொடங்கும்வரை அவர்களுக்கு வேண்டிய உணவை வேளா வேளைக்குக் கொடுப்பது பெரிய போராட்டம்தான். ஒரு காலத்தில் கதைகளையும் நிலா, பறவைகள் போன்றவற்றையும் பாடல்களையும் பயன்படுத்தி வந்த பெரியவர்களுக்குக் கடந்த நூற்றாண்டின் இறுதியில் தொலைக்காட்சி ஆபத்பாந்தவனாகக் கை கொடுத்தது. காட்சி ஊடகத்தின் சேவை பிறகு இணையம், கைப்பேசி என்று தன் கரங்களை விரித்துக் குழந்தை வளர்ப்புக்கு உதவ ஆரம்பித்துவிட்ட பிறகும் இளம் பெற்றோரின் பிரச்சினைகள் ஓய்ந்துவிடவில்லை. அதுவும் தீபுவைப் போன்ற குழந்தைகள் அம்மாக்களுக்கு எப்படியெல்லாம் தொல்லை கொடுக்க முடியும் என்னும் வித்தைகளின் நுட்பங்களில் தேர்ந்தவர்கள். பத்து வயது ஆவதுவரையிலும் உண்ணும் விஷயத்தில் தீபு பெரிய சவாலாகத்தான் இருந்தாள். நான் வீட்டில் இருக்கும்போது ஏதாவது கதை சொல்வேன். மஞ்சுவிடம் கைவசம் கதைகள் அதிகம் இல்லை. கதை சொல்லப் பொறுமையும் இல்லை. எப்போதாவது சொன்னால் பாட்டு, நடன அசைவுகள், நாடகீயமான முக பாவங்கள், குரலில் ஜாலங்கள் எல்லாம் சேர்த்து அற்புதமாகச் சொல்லுவாள். ஆனால் அப்படிச் சொல்வதற்கான மனநிலை தினமும் வராது; வரவும் முடியாது. எனவே தொலைக்காட்சி, இணையம் ஆகியவற்றின் உதவியோடு தீபுவை ஊட்டி வளர்த்தாள்.

தீபு அநியாயத்திற்குத் தொலைக்காட்சியில் அல்லது இணையத்தில் குழந்தைகள் படங்களைப் பார்ப்பாள். மஞ்சுவுக்கு இதில் வசதியும் சிக்கலும் கலந்தே இருந்தன. சில சமயம் சிக்கல் பெரிதாகும். ஒருமுறை அப்படித்தான் முன்வாசல்

கூடத்திலிருந்து சத்தம் கேட்டது. நான் பின்பக்க அறையில் அமர்ந்து மடிக்கணினியில் வேலைபார்த்துக்கொண்டிருந்தேன். சத்தம் முதலில் கேட்டபோது இது வழக்கம்தானே என்று அலட்சியப்படுத்தினேன். மறுபடியும் சத்தம் வந்தது. "கொஞ்சம் இருடி, இந்த ப்ரோக்ராம் மட்டும் பாத்துட்டு மாத்தறேன்" என்று மஞ்சு கெஞ்சினாள். தீபு அதற்கும் சம்மதிக்கவில்லை என்று புரிந்தது. விசித்திரமான ஒலிகளை எழுப்பிக் கத்திக் கூப்பாடு போட்டு, "கார்ட்டூன் போடு..." என்று கத்தினாள். "சத்தம் போட்டா அறைஞ்சி இழுத்துடுவேன். கொஞ்ச நேரம் சும்மா இருடி" என்று மஞ்சு அதட்டினாள். இப்போது தலையிட்டால் நான் ஊட்ட வேண்டியிருக்கும்; அல்லது என் லேப்டாப்பைக் கொடுத்துவிட்டு வர வேண்டியிருக்கும். இரண்டும் இப்போது முடியாது என்பதால் கண்டுகொள்ளாமல் இருந்தேன்.

சிறிது நேரம் அமைதி நிலவியது. அம்மாவும் பெண்ணும் மத்யஸ்தர் இல்லாமலேயே உடன்படிக்கைக்கு வந்துவிட்டார்கள் என்று நினைத்து நிம்மதியடைந்தேன். மீண்டும் சத்தம் வந்தது. தீபு வீல் என்று கத்தினாள். "அட்வர்டைஸ்மெண்ட்தானடி ஓடுது. ..ஏன் அடிபட்ட நாய் மாதிரி கத்தற?" என்றாள் மஞ்சு. "மாத்து... மாத்து... மாத்து..." என்று தீபு பதிலுக்குப் பதற்றமாகக் கத்தினாள். "இன்னொரு வாட்டி சத்தம் போட்ட, மண்டய பேத்துருவேன்" என்று மஞ்சு உரத்த குரலில் மிரட்டினாள். தீபு பெருங்குர லெடுத்து அழ ஆரம்பித்தாள். இனிமேலும் தலையிடாமல் இருந்தால் மஞ்சு என் மண்டையைப் பிளந்தாலும் பிளந்து விடுவாள் என்பதால் கூடத்திற்கு விரைந்தேன். நான் வந்த வேகத்தைப் பார்த்த தீபுவின் அழுகை தணிந்தது. "என்ன புடிவாதம் பார் இதுக்கு. அஞ்சு நிமிஷம் ஏதாவது பாக்க விடறாளா...எப்பப் பார்த்தாலும் கார்ட்டூன், போகோ, நேஷனல் ஜாக்ரஃபி. எனக்குப் பைத்தியமே புடிச்சிடும் போலருக்கு. இனிமே இவளுக்கு நான் சாதம் ஊட்ட மாட்டேன். அதுக்குன்னு ஒரு ஆளைப் போட்டுக்கோ. இல்லாட்டி நீயே ஊட்டிவிடு" என்று சொல்லிவிட்டு ரிமோட்டை வீசியெறிந்துவிட்டு எழுந்து உள்ளே போனாள் மஞ்சு.

நான் அமைதியாகரிமோட்டை எடுத்துத்தொலைக்காட்சியை அணைத்தேன். தீபு என்னையே பார்த்துக்கொண்டிருந்தாள். அழுகை நின்றுவிட்டிருந்தது. கன்னத்தில் கண்ணீரின் தடம் தெரிந்தது. நான் இடுப்பில் கை வைத்தபடி அவளையே பார்த்துக் கொண்டிருந்தேன். அவளும் என்னைப் பார்த்தாள். சிறிது நேரம் கழித்து, "சொல்பேச்சு கேக்காத கதை சொல்லுப்பா" என்றாள்.

அந்திமழை, ஜூன் 2023

7

வின் பண்ணனும் சார்...

“ஒரு நிமிஷம் மோகனைப் பாக்கறா மாதிரியே இருந்தது” என்றான் கீர்த்திவாசன். அப்போது அவன் கண்களில் தெரிந்த வருத்தம் அரிதானது. பொதுவாக உணர்ச்சிகளை வெளிக் காட்டாத கண்கள் அவனுடையவை. திடீரென்று மோகனின் நினைவு வந்ததும் அவன் மனம் கசிந்திருக்கும். குட்டி ரவி அடித்த பந்து மிகச் சரியாக அவன் மட்டையின் மையத்தில் பட்டு வானில் சீறிப் பாய்ந்தது. நொடிப் பொழுதில் எல்லைக்கோட்டைத் தாண்டி விழுந்தது. சரியான நீளத்தைக் காட்டிலும் சற்றே முன்னால் விழுந்த அந்தப் பந்தை மிகச் சரியாகக் கணித்து முன்னால் வந்து பந்து தரையில் பட்டு எழும்பும் கணத்தில், எழும்பும் இடத்தில் மட்டையைச் செலுத்தினான். சிறிதும் வன்முறை இல்லை. மட்டையின் முகம் முழுமையாகப் பந்து வீச்சாளரை நோக்கியபடி இருந்தது. மட்டையின் செங்குத்துக் கோணம் பெரிதாக மாறவில்லை. அவன் துளிக்கூட அசையவில்லை. பந்தின் பயணத்தை அவன் கண்கள் பின்தொடர்ந்தன. மைதானத்தில் இருந்த அனைவரும் அந்தப் பந்தைப் பார்த்துக் கொண்டிருந்தார்கள். மட்டையாளருக்கு நேரெதிரில் எல்லைக் கோட்டுக்கு வெளியே சென்று விழுந்த பந்தை லாங் ஆஃப் திசையில் நின்றிருந்த ரமேஷ் எடுத்துவந்தான். கவர் திசையில் நின்றிருந்த கீர்த்திவாசன் மிகுந்த பாராட்டுணர்வுடன் அந்தப் பந்து சென்ற திசையைப் பார்த்துக்கொண் டிருந்தான். பிறகு என்னைப் பார்த்துத் திரும்பி, “ஒரு நிமிஷம் மோகனைப் பாக்கறா மாதிரியே

இருந்தது” என்றான். அவன் அப்படிச் சொன்னது எனக்குப் பெரும் ஆசுவாசமாக இருந்தது. நான் வீசிய பந்தைப் பற்றிக் கீர்த்திவாசன் விமர்சனம் செய்வானென்று எதிர்பார்த்தேன். அது அப்படி ஒன்றும் மோசமான பந்து அல்ல என்பது எனக்குத் தெரியும்; என்றாலும் பந்து எல்லைக் கோட்டுக்கு வெளியே சென்று விழுவது தடுப்பணியினர் ஒருபோதும் பார்க்க விரும்பாத காட்சி என்பதால் பந்தைக் குறை சொல்வது இயல்பான எதிர்வினையாக வெளிப்படும். ஆனால் கீர்த்திவாசன் பந்தைப் பற்றி எதுவும் சொல்லவில்லை. பந்தில் பெரிதாகக் குறைசொல்ல ஏதுமில்லை என்பதை அவனும் உணர்ந்திருப்பான். மோகனைப் பற்றிய நினைவினால் அவன் நெகிழ்ந்திருந்தான்.

அதே உணர்வு எனக்கும் தொற்றிக்கொண்டது. அடுத்த பந்து என் கட்டுப்பாட்டில் இல்லை. குட்டி ரவி மகிழ்ச்சியோடு அந்தப் பந்தையும் நேரடியாக எல்லைக் கோட்டுக்கு வெளியே அனுப்பினான். நான் பதற்றமடைந்தேன். மரியாதை கருதி அணியினர் யாரும் என்னைக் குறை சொல்ல மாட்டார்கள் என்பதால் என்னுடைய குற்றவுணர்வு அதிகரித்தது. இன்னும் ஒரே ஒரு பந்து மீதி இருந்தது. கவனத்தைக் குவித்துக்கொண்டு குட்டி ரவியின் இடது குதிகாலைப் பார்த்துப் பந்தை வேகமாக எறிந்தேன். நல்லவேளையாக அது துல்லியமாக நான் நினைத்த இடத்தில் விழுந்தது. எங்கள் ஆட்டத்தில் வலதுகை ஆட்டக் காரரின் கால் திசையில் ரன் கிடையாது என்பதால் குட்டி ரவி சற்றே இடப்புறம் நகர்ந்து பந்தை நேராக அடிக்கப் பார்த்தான். பந்து அவன் எதிர்பார்த்ததைவிட வேகமாக வந்ததில் மட்டையில் படவில்லை. இடப்புற ஸ்டெம்புக்கும் அவன் மட்டைக்கும் இடையே சென்று விக்கெட் கீப்பரின் கைகளில் தஞ்சமடைந்தது. கீப்பர் பந்தை எறிந்துவிட்டு என்னைப் பாராட்டும் விதமாகக் கைத்தட்டினான். நான் தப்பித்துக்கொண்ட உணர்வுடன் கீர்த்திவாசனிடம் பந்தைக் கொடுத்துவிட்டுக் களத்தடுப்பில் என்னுடைய இடத்திற்குச் சென்றேன்.

அடுத்த ஓவரைக் கீர்த்திவாசன் வீசினான். அவனுடைய சுழல்வீச்சு சுரேஷை நடனமாடவைத்தது. முதல் மூன்று பந்து களை அவனால் மட்டையால் தொடவே முடியவில்லை. நான்காவது பந்தை எப்படியோ தொட்டுவிட்டு ஓடிவிட்டான். அடுத்த இரண்டு பந்துகளில் குட்டி ரவி இரண்டு, ஒன்று என அடித்து அடுத்த ஓவரை எதிர்கொள்ளத் தயாரானான். குட்டி ரவி இன்று ஆடும் விதத்தைப் பார்க்கும்போது நான் பந்து வீசுவது உசிதமல்ல என்பதை உணர்ந்து பந்தை வாசுவிடம் கொடுத்தேன்.

மனம் ஆட்டத்திலிருந்து நழுவி மோகனிடம் சென்றது. குட்டி ரவி அடித்த ஷாட் மோகனின் முத்திரை கொண்டது. இதுபோன்ற எத்தனையோ ஷாட்களை அவன் அடித்திருக்கிறான். ஆகச் சிறந்த வீச்சாளர்களும் அவனுக்குப் பந்து வீசுவதென்றால் சற்றுத் தயங்கவே செய்வார்கள். என்னைப் போன்ற சுமாரான வீச்சாளர்களை மட்டுமின்றிச் சிறந்த வீச்சாளர்களின் பந்துகளையும் பதம்பார்த்து அவர்களைப் பலவீனமாக்குவது மோகனின் சிறப்பம்சம். மட்டை வீச்சில் மட்டுமின்றிப் பந்துவீச்சு, களத்தடுப்பு, ஆட்ட வியூகம் என எல்லாவற்றிலும் அவனுடைய திறமையும் பங்களிப்பும் அபாரமாக இருக்கும். அவன் இருக்கும் அணி தோற்பதென்பது அரிது.

மோகனிடம் எல்லோருக்கும் பிடித்தது அவன் ஆட்டம். பிடிக்காதது சண்டைக் குணம். வைட், நோபால், ரன் அவுட் என இயல்பாகவே சர்ச்சைக்குரிய விஷயங்களில் எதிரணியினர் சொல்வதை ஒப்புக்கொள்ளவே மாட்டான். நாங்கள் நடுவரை வைத்துக்கொள்வதில்லை. விக்கெட் கீப்பரே பெரும்பாலான விஷயங்களில் நடுவராகச் செயல்படுவான். கீப்பர் ஸ்டெம்பிங், ரன் அவுட், கேட்ச் முதலானவற்றைச் செய்துவிட்டு அவுட் கேட்கும் போது வெளியில் அமர்ந்திருக்கும் மட்டையாட்ட அணியினர் சொல்வதை ஏற்றுக்கொள்வோம். ஆட்ட விதிகளைத் துல்லியமாக அறிந்தவனான மோகன் எந்த ஒரு சர்ச்சையையும் எளிதில் விட்டுவிட மாட்டான். திட்டவட்டமாகச் சொல்ல முடியாத தருணங்களில் தன்னுடைய அணியிலுள்ள மற்றவர்கள் விட்டுக் கொடுக்க முன்வந்தாலும் அவன் அசைந்துகொடுக்க மாட்டான். தொண்டை வறளுமளவுக்கு வாதம் செய்வான். அடிதடியில் இறங்கிவிடுவானோ என்று அஞ்சுமளவுக்கு அவன் ஆவேசம் இருக்கும். என்னுடைய அணியில் இருக்கும்போது என் மீதுள்ள மரியாதை காரணமாகச் சில சமயம் விட்டுக்கொடுப்பான். ஆனால், “நீங்கள் சொன்னீங்கன்னுதான் சார் விட்டேன். விட்ருக்கக் கூடாது சார்” என்று புலம்பிக்கொண்டே இருப்பான். எதிரணியில் இருக்கும்போது என்னை விட்டுவிட்டு என் அணியில் வேறொருவருடன் சண்டைபோடுவான். பல சமயம் அவனுடைய தொல்லை தாங்காமல் எதிரணியினர் பின் வாங்கிவிடுவார்கள். நான் அவனுடைய அணியில் இருந்தால் அவனுடைய சண்டைகள் எனக்குப் பெரும் சங்கடத்தைத் தரும். எனவே பெரும்பாலும் அவனை எதிரணிக்கு அனுப்பி விடுவேன். அப்போது சண்டை வந்தால் விட்டுக்கொடுத்துப் பிரச்சினையை முடித்துவிடுவேன். நான் விட்டுக்கொடுத்து விடுகிறேன் என்று என்னுடைய அணியினர் என்னிடம் குறைப்பட்டுக்கொள்வார்கள். “அவனுக்குச் சண்டை போடறதே தொழில். அவனோட சண்டை போட்டுக்கிட்டிருந்தா நாம

விளையாடினா மாதிரிதான். விடுங்கப்பா பாத்துக்கலாம்" என்று சமாதானப்படுத்துவேன்.

மோகனின் சண்டைக் குணத்தைக் கண்டு எல்லோருக்குமே அவன்மீது கோபம் இருக்கும் என்றாலும் அது எங்களுக்கிடையே யான உறவைப் பாதித்ததேயில்லை. அடுத்த நொடியில் யாராவது கைநீட்டிவிடுவானோ என்ற பதற்றம் ஏற்படுமளவுக்கு முட்டிக்கொள்பவர்கள் ஆட்டம் முடிந்ததும் டீக்கடையில் கொஞ்சிக்கொள்வதைப் பார்க்க முடியும். தன்மீது கோபமாக இருப்பவர்களிடமும் வலியச் சென்று பேசி அவர்களுடைய கோபத்தை மோகன் தணித்துவிடுவான். "சண்டையெல்லாம் கிரவுண்ட்லயே விட்டுட்டு வந்தரணும் சார்" என்று சிரித்துக் கொண்டே தத்துவம் பேசுவான். "இப்ப காமிக்கற அன்பும் பெருந்தன்மையும் கிரவுண்ட்ல ஏன் வர மாட்டேங்குது?" என்று நான் கேட்பேன். "அதெல்லாம் முடியாது சார். ஆட்டம்னா ஆட்டம்தான். அதுல விட்டுக்கொடுக்க முடியாது சார். நா ஒண்ணும் தப்பா ஆர்க்யூ பண்ணலயே. நியாயமாத்தானே கேக்கிறேன்?" என்பான். அதேபோலத்தான் எதிராளியும் நினைக்கிறான் என்னும் நிலையில் இதற்கு முடிவுதான் என்ன என்று நான் கேட்டேன். "பேசித் தீத்துக்க வேண்டியதுதான் சார்" என்பான் அலட்டிக்கொள்ளாமல். "பல சமயம் உனக்கு எதிர்ல இருக்கறவங்க விட்டுக்கொடுத்துதான் பிரச்ன தீருதுன்றத மறந்துடாத" என்பேன். 'அதுக்கு நான் என்ன பண்றது' என்பதுபோலச் சிரிப்பான். ஆட்கள் அதிகம் வரும் சமயங் களில் நடுவரை வைத்தாலும் வாதங்கள் ஓயாது. ஆட்டத்தில் சண்டைபோடும் பழக்கமற்றவர்கள்கூட மோகனின் தாக்கத்தால் சண்டைக் கோழிகளானார்கள். பிரச்சினை கை மீறிப்போகும் சமயங்களில் மட்டும் என்னைப் போன்ற ஒரு சிலரின் கண்டிப்பை ஏற்று இரு தரப்பினரும் பின்வாங்குவார்கள்.

மோகனின் சண்டைக் குணம் பற்றி அவனிடம் பலமுறை பேசியிருக்கிறேன். மைதானத்துக்கு வெளியே கனவானாக நடந்துகொள்ளும் மோகன், மிகவும் பணிவுடன் தன்னுடைய நிலைப்பாடுகளின் நியாயத்தைத் தர்க்கரீதியாக விளக்க ஆரம்பித்துவிடுவான். நீ சொல்வது சரியா தவறா என்று இப்போது நான் பேச வரவில்லை. இந்த அளவுக்குச் சண்டைபோட்டு உன் கருத்தை வலியுறுத்த வேண்டுமா என்றுதான் கேட்கிறேன் என்பேன். என் தரப்பில் நியாயம் இருக்கும்போது ஏன் விட்டுக் கொடுக்க வேண்டும் என்று பணிவுடன் கேட்பான்.

"எப்பவும் நீயே ஜெயிக்கணும்னு நெனைக்காதே மோகன்" என்று சொல்வேன்.

“ஜெயிக்கறதுக்காகத்தானே சார் ஆடுகிறோம்? விட்டுக் குடுக்க ஆரம்பிச்சிட்டா போட்டில பெப் இருக்காது சார். நா ஒண்ணும் அதுக்காக அநியாயமா பேசலயே” என்பான்.

“உனக்கு நியாயமா படறது எப்பவும் நியாயமா இருக்கணும்னு கேரண்டி இல்ல. அதுனால உன் ஆவேசத்த கொஞ்சம் கொறச்சிக்கோ” என்பேன்.

“ட்ரை பண்றேன் சார். எனக்குத் தோக்கறது பிடிக்காது. அதுவும் தப்பான காரணத்தால தோத்துடக் கூடாது சார்” என்பான் சிரித்துக்கொண்டே.

மோகனின் ஆட்டத்திறனும் அவன் சண்டைக் குணமும் ஒன்றுடன் ஒன்று நெருக்கமாகத் தொடர்புகொண்டவை என்பது புரிய எனக்குச் சில ஆண்டுகள் ஆயின. கீர்த்திவாசன் எங்கள் அணியில் சற்றுப் பிந்திதான் வந்து சேர்ந்தான். அணியை உருவாக்கிய சிலரில் மோகனும் ஒருவன். கீர்த்திவாசன் மிகவும் அடக்கமானவன். தானாக எதுவும் பேச மாட்டான். யாராவது ஆட்டமிழந்தால் இப்போது நான் இறங்கட்டுமா என்று மற்றவர்களைப்போலக் கேட்க மாட்டான்; பந்து வீசட்டுமா என்று கேட்க மாட்டான் ஏன் களத்தடுப்பில் எப்போதும் என்னை எல்லைக் கோட்டிற்குப் பக்கத்திலேயே நிற்க வைக்கிறீர்கள் என்று கேட்க மாட்டான் புதிதாக வருபவர்களுக்கு நடக்கும் அத்தனை சம்பிரதாயங்களும் அவனுக்கும் நடந்தன. பழைய ஆட்களின் ஆதிக்கமே அணியில் எப்போதும் ஓங்கியிருக்கும் என்பதால் அவன் பெரும்பாலும் கடைசியில்தான் இறங்குவான். அவன் எப்படிப்பட்ட ஆட்டக்காரன் என்பதை அறிய எங்களுக்கு வாய்ப்பே கிடைக்கவில்லை. அவனை அறிமுகப்படுத்திய ரமேஷும் அவனைப் பற்றிச் சொல்லவில்லை.

அதற்கான நாளும் வந்தது. மோகன் காட்டடி அடித்ததில் அவன் அணி 12 ஓவர்களில் 110 ரன்களைக் கடந்தது. நான் போட்ட ஒரே ஓவரில் இரக்கமே இல்லாமல் 15 ரன் அடித்தான். நாங்கள் ஆடும் 12 ஓவர் போட்டியில் வழக்கமாக 70, 80தான் அதிகபட்ச ரன்களாக இருக்கும். ஆஃப் திசையில் ஸ்டெம்புக்கு முன்புறம் மட்டுமே ரன் என்பதால் ரன் குவிப்பது எளிதல்ல. இலக்கு 112 என்றதும் எங்கள் அணியினர் மனதளவில் தோற்றவர்களாகவே களமிறங்கினார்கள். அதற்கேற்ப இரண்டு ஓவர்களில் மூன்று பேர் ஆட்டமிழந்தார்கள். அணியின் ஓட்டம் பத்தைத் தாண்டவில்லை. அடுத்ததாகக் களமிறங்க ரமேஷ் தயாரானான். அப்போது கீர்த்திவாசனின் முகம் தற்செயலாக என் கண்ணில் பட்டது. அவன் கண்களில் ஏக்கம் தெரிந்ததாக எனக்குத் தோன்றியது. ரமேஷை உட்காரச் சொல்லிவிட்டு அவனை அழைத்தேன்.

பழைய ஆட்களுக்கு ஆச்சரியம். "என்ன சார் இவனப் போய் எறக்கறீங்க?" என்று குமரவேல் கேட்டான். "எப்படியும் இந்த மேட்ச்கைய விட்டு போச்சு. ஏதாவது எக்ஸ்பரிமெண்ட் பண்ணிப் பாப்போமே" என்றேன்.

முதல் இரண்டு பந்துகளைத் தடுத்து ஆடிய கீர்த்திவாசன் மூன்றாவது பந்துக்கு இறங்கி வந்து மட்டையை வீசினான். ஆறு. அந்த அடியின் துல்லியத்தைக் கண்டு மைதானத்தில் இருந்த அனைவரும் வியப்பில் ஆழ்ந்தோம். அடுத்த பந்து குறை நீளத்தில் விழுந்து ஆஃப் ஸ்டெம்புக்கு வெளியே நல்ல உயரத்தில் எழும்பியது. சாதாரணமாக அது போன்ற பந்தை அடிக்க முயலாமல் 'வைடு' கேட்போம். கீர்த்திவாசன் எகிறி அந்தப் பந்தை அப்பர் கட் செய்து எல்லைக் கோட்டுக்கு வெளியில் அனுப்பினான். அடுத்த பந்து கால் திசையில் விழுந்தது. லாகவமாகக் கால்களை நகர்த்தி இன்சைட் அவுட் ஷாட் மூலம் எக்ஸ்ட்ரா கவர் திசையில் சிக்சர் அடித்தான்.

மூன்றே பந்துகளில் ஆட்டத்தின் போக்கு மாறிவிட்டது. எங்கள் அணியினர் பரவசமானார்கள். அடுத்த ஓவரில் முதல் பந்திலேயே மணி ஒரு ரன் எடுத்து கீர்த்திவாசனை ஆடவிட்டான். அந்த ஓவரில் இரண்டு சிக்சர்களும் ஒற்றை ரன்னும் எடுத்து அடுத்த ஓவரை எதிர்கொள்ளத் தயாரானான் கீர்த்திவாசன்.

பிறகு நடந்ததெல்லாம் யாராலும் நம்ப முடியாதவை. மோகனின் அணியில் இருந்த எல்லாப் பந்து வீச்சாளர்களும் ஆக்ரோஷத்துடன் பந்து வீசினார்கள். மோகனும் வழக்கத்தைவிட வேகமாக வீசினான். கீர்த்திவாசன் யாரையும் பொருட்டாக மதிக்கவில்லை. பெரிய அணிகளில் ஆடிச் சாதனை புரிந்தவர்கள் கற்றுக்குட்டிகளைக் கையாள்வதுபோலப் பந்துவீச்சாளர் களைக் கையாண்டான். மூன்று பந்துகள் மீதமிருக்கும்போது வெற்றி இலக்கைத் தாண்டினான்.

அன்றிலிருந்து கீர்த்திவாசன் எங்கள் அணியில் நட்சத்திர மதிப்பைப் பெற்றுவிட்டான். மோகன் இருக்கும் அணிக்கு எதிரணியிலேயே எப்போதும் அவன் இருக்குமளவுக்கு அவன் நிலை உயர்ந்தது. பந்து வீச்சிலும் தான் கில்லாடி என்பதை வாய்ப்புக் கிடைத்ததும் நிரூபித்தான். மோகனும் அவனும் 2000ஆம் ஆண்டுகளின் முதல் சில ஆண்டுகளில் சச்சின் டெண்டுல்கர், ரிக்கி பாண்டிங் போல இவர்கள் இருவரும் ஒருவருக்கொருவர் சவாலாக விளங்கினார்கள்.

கீர்த்திவாசனின் எழுச்சி மோகனின் மதிப்பைக் குறைத்து விடவில்லை. அவன் தன் ஆட்டத்தை நாளுக்கு நாள் மெருகேற்றிக் கொண்டே போனான். இருவரும் ஒருவருக்கொருவர்

சளைத்தவர்கள் இல்லை என்றபோதிலும் மோகனால் அதிக வெற்றிகளைக் குவிக்க முடிந்தது.

ஒருநாள் மாலை மோகனும் கிரிக்கெட் அணியைச் சேர்ந்த இதர மூன்று பேரும் என் வீட்டிற்கு வந்தார்கள். தேநீர் குடித்து விட்டு ஏதோ ஒரு மேட்சைத் தொலைக்காட்சியில் பார்த்தபடி அரட்டை அடித்துக்கொண்டிருந்தோம். அப்போது எங்கள் அணியில் யார் சிறந்த மட்டையாளர் என்ற விவாதம் எழுந்தது. மோகனா, கீர்த்திவாசனா என்று விவாதம் நடந்ததால் மோகன் பேசாமல் இருந்தான். மற்ற மூவரும் ஏகமனதாக மோகனே சிறந்த மட்டையாளன் என்றார்கள். என்னால் இருவரில் ஒருவரைத் திட்டவட்டமாகச் சொல்ல முடியவில்லை என்றாலும் நானும் மோகன்தான் என்றே சொன்னேன். அப்போது மோகன் எங்கள் பேச்சில் குறுக்கிட்டான்.

"இல்ல சார். கீர்த்தி என்னைவிட பெட்டர் பிளேயர். பேட்டிங், போலிங் ரெண்டுலயும் அவன்தான் பெட்டர்" என்றான்.

நாங்கள் வியப்படைந்தோம். மோகன் விளக்கினான். கீர்த்திவாசன் முறையான மட்டையாட்ட உத்திகளைக் கொண்டவன். அவன் கால்கள் நகரும் விதம் கச்சிதமாக இருக்கும். ட்ரைவ் ஆடும்போது அவன் முன்னங்கால், இடது முழங்கை, கழுத்தின் நிலை, பார்வை ஆகியவை கச்சிதமான ஒருங்கமைவில் இருக்கும். முன்னால் வந்து பந்தைத் தூக்கி அடிக்கும்போது உடல் பளுவை முன்னங்காலுக்கு மாற்றும் வித்தை அவனுக்கு இயல்பாக வருகிறது. பின்னங்காலில் சென்று கட் செய்யும்போது அவன் மட்டை கச்சிதமான கிடைமட்டத்தில் இருக்கும் என்றெல்லாம் விளக்கினான். பந்து வீச்சில் இருபுறமும் பந்தைச் சுழலச் செய்வதில் நிபுணன் என்றான். வேகமாக வீசும்போது நீளமும் வரிசையும் துல்லியமாக இருக்கும். ஃபுல் டாஸ் பந்துகளை மிக அரிதாகவே போடுவான் என்றான்.

"ஆனால் நீதானே பொதுவா அதிக ரன் அடிக்கற? வின் பண்றதுல உன்னோட பங்குதானே அதிகம்?" என்றேன்.

"அதுக்குக் காரணம் ஃபோகஸ்" என்றான் மோகன், இரண்டு கைகளையும் கண்களுக்குப் பக்கவாட்டில் குவித்துவைத்தபடி. "நா வின் பண்றதுல எப்பவும் ஃபோகஸ்டா இருப்பேன். எனக்கு வின் பண்றதுதான் முக்கியம். அவன் தன்னோட கேம்ல அதிக மான கான்சன்ட்ரேட் பண்ணுவான்" என்றான் தொடர்ந்து.

சிறந்த வீச்சாளர்களுக்கு மதிப்பளித்து அடக்கி வாசிப்பது, அணியின் நிலையைக் கவனித்து அதற்கேற்ப ஆடுவது, தன்னுடன் இணையாக விளையாடுபவனின் திறமையைப் பொறுத்து

அவன் எதிர்கொள்ள வேண்டிய பந்துகளின் எண்ணிக்கையைத் திட்டமிடுவது, ஓவரின் கடைசிப் பந்தில் ஒரு ரன் எடுக்க வேண்டுமென்று முடிவுசெய்துவிட்டால் எவ்வளவு மோசமான பந்தாக இருந்தாலும் நான்கோ ஆறோ அடிக்க முயலாமல் திட்டமிட்டபடி ஒரு ரன் மட்டும் எடுத்து அடுத்த ஓவரை முழுமையாக எதிர்கொள்வது, தடுப்பாளரின் திறமையைக் கணித்து அதற்கேற்ப ரன் ஓடுவதைத் தீர்மானிப்பது என்று ஆட்டத்தின் எல்லா அம்சங்களையும் மோகன் திட்டமிடுவான். அவனுடைய ஒவ்வொரு அசைவும் வெற்றியை இலக்காகக்கொண்டதாகவே இருக்கும். இவனோடு ஒப்பிடும் போது கீர்த்திவாசன் வெற்றியை மையமிட்டு இயங்குவது குறைவு என்றுதான் சொல்ல வேண்டும்.

மோகன் இன்னொரு விஷயத்தையும் சொன்னான். "கீர்த்திக்கு வீக்னெஸ் குறைவு. அதனால அவன் நேச்சுரலாவே கொஞ்சம் கேர்லஸா இருப்பான். எனக்கு என் வீக்னெஸ் தெரியும். அதனால நான் ரொம்ப ஜாக்கிரதயா இருப்பேன்" என்றான். "எனக்கு எதுலயுமே தோக்கறது பிடிக்காது சார். அதுக்கேத்தா மாதிரி உழைப்பேன்" என்றான் முத்தாய்ப்பாக.

கீர்த்தியிடம் இந்த விவாதத்தைப் பற்றிச் சொன்னபோது அவன் நம்ப முடியாமல் சிரித்தான். "மோகன்தான் சார் பெட்டர்" என்றான். "எப்படி?" என்றேன்.

"பாட்ஷால ஒரு டயலாக் வருமே அந்த மாதிரி சார் அவன். நாடி, நரம்பு, ரத்தம், சதை புத்தி எல்லாத்துலயும் கிரிக்கெட் வெறி ஊறினவன்" என்றான்.

எனக்குச் சொல்ல எந்த பதிலும் இருக்கவில்லை.

மோகன் படிப்பிலும் சாதனையாளன்தான். நாட்டின் முன்னணித் தொழில்நுட்ப அறிவியல் கல்வி நிலையங்களில் ஒன்றான பிட்ஸ் பிலானியில் அவனுக்கு இடம் கிடைத்தது. முதலாமாண்டு முடிந்திருந்த நேரத்தில் ஒரு விபத்தில் சிக்கி அவன் முதுகில் கடுமையான காயம். அறுவை சிகிச்சை செய்து அதிலிருந்து தேறி வர எட்டு மாதங்களுக்கும் மேல் ஆனது. அவன் சிறுவனாக இருக்கும்போதே அவன் அப்பா, அம்மா இருவரும் இறந்துவிட்டார்கள். சித்தப்பாவின் ஆதரவில் வளர்ந்த அவனால் மீண்டும் பொறியியல் கல்லூரிக்குப் போக முடியவில்லை. தனியாக வசித்துவந்த பெரியம்மாவின் வீட்டில் தங்கியிருந்த அவன் சென்னையில் ஒரு கல்லூரியில் பி.எஸ்.சி கணிதப் பாடத்தில் சேர்ந்தான். கணக்கில் 95 மதிப்பெண்களுக்குக் குறைவாக வாங்குவதேயில்லை. இறுதியாண்டுத் தேர்வில் மிக நல்ல மதிப்பெண் பெற்றுத் தங்கப் பதக்கம் பெற்றான்.

அப்போது எங்கள் அணியில் இருந்தவர்கள் அவனிடம் 'ட்ரீட்' கேட்டார்கள். நான் "கஷ்டப்பட்டுப் படித்து நல்ல மார்க் எடுத்து பாஸ் பண்ணியிருக்கான். அவனைப் பாராட்டி நாமதான் ட்ரீட் குடுக்கணும்" என்றேன். இந்த யோசனை அனைவருக்கும் பிடித்திருந்தது. அனைவரும் செலவைப் பகிர்ந்துகொண்டு விருந்துண்டு அவன் வெற்றியைக் கொண்டாடினோம். மோகன் நெகிழ்ந்துபோனான். அவனுக்கு விரைவிலேயே வேலையும் கிடைத்தது.

நாளாக நாளாக எங்கள் ஆட்டத்தில் சண்டை ஓரளவு குறைந்தது. நானும் கீர்த்திவாசனும் ஓரணியில் இருப்போம். நான் எளிதில் விட்டுக்கொடுத்துவிடுவேன். கீர்த்திவாசனுக்குச் சண்டை போடுவது பிடிக்காது. எனவே நாங்கள் இருவரும் ஒரே அணியில் இருப்பதால் சண்டை அதிகம் வரவில்லை. மோகனைப் போலவே வாக்குவாதத்தில் ஆர்வமும் பிடிவாதமும் கொண்ட மூத்த ஆட்டக்காரரான ராமகிருஷ்ணனை மோகன் அணியில் சேர்த்துவிடுவேன். இதனால் சண்டை பெருமளவு குறைந்தது.

மட்டையாடும் அணியைச் சேர்ந்தவர்களில் இரண்டு பேர் களத்தில் இருக்கும்போது மீதிப் பேர் சற்றுத் தள்ளி உட்கார்ந்து ஆட்டத்தைப் பார்த்தபடி அரட்டை அடிப்போம். பெரும்பாலும் சினிமாவும் கிரிக்கெட்டும்தான் பேச்சில் அடிபடும். என்னுடைய வாசிப்பு, வயது காரணமாக நான் பேசுவதை ஆர்வத்துடன் எல்லோரும் கேட்பார்கள். எனக்கு எதிரணியில் இருப்பதால் அந்தப் பேச்சுக்களில் மோகனால் கலந்துகொள்ள முடியாது. தொலைவிலிருந்தே கவனித்துக்கொண்டிருப்பான்.

ஒருநாள் மோகன் என்னிடம், "என்னை ஏன் உங்க டீம்ல எடுக்க மாட்டேங்கறீங்க?" என்று கேட்டான்.

"நீ ரொம்ப சண்டை போடற. உன் சண்டைக்கு நானும் சப்போர்ட் பண்ண வேண்டியிருக்கு" என்றேன்.

"சரி சார், இனிமே நா ஆர்க்யூ பண்ணல. நீங்களே பாத்துக்கங்க. ஆனா எல்லாத்துக்கும் உட்டு குடுத்துறாதீங்க. நா அடுத்த வாரம் உங்க டீம்ல இருக்கேன்" என்றான். சொன்ன படியே பெருமளவில் அமைதிகாத்தான். விளைவாக நான் வழக்கத்தைவிடக் கூடுதலாக வாதிட வேண்டியிருந்தது. ஆடாத நேரங்களில் நடக்கும் அரட்டையை மோகன் மிகவும் விரும்பினான். அவனும் கிரிக்கெட் பற்றி அதிகம் படிப்பவன் என்பதால் அந்த உரையாடலில் கலந்துகொள்வதற்காகவே என் அணிக்கு வர விரும்பினான் என்று தோன்றியது.

அப்போதெல்லாம் எல்லோரிடமும் கைப்பேசிகள் இருந்ததில்லை; இருந்தாலும் அதில் அதிகம் பேச மாட்டார்கள். அழைப்புகளுக்கு அதிகப் பணம் கொடுக்க வேண்டியிருந்தது. பையன்கள் பலரிடம் கைப்பேசி இல்லை. எனவே அவர்களுக்கு அவசரமாக ஏதாவது அழைப்பு என்றால் என்னைப் போன்ற சிலருடைய எண்களில்தான் வரும். அப்படித்தான் கீதாஞ்சலி யின் அழைப்பு மோகனுக்கு வந்தது. முதல்முறை அவள் அழைத்து, “மோகன் இருக்காரா?” என்று கேட்டதுமே வேறு மாதிரியான அழைப்பு என்பது புரிந்துவிட்டது. கைப்பேசியை மோகனிடம் கொடுத்தேன். “யார்?” என்றான் மோகன்; தெரிய வில்லை என்று சொல்லிக் கொடுத்தேன். பேச ஆரம்பித்தவன் சட்டென்று எழுந்து தனியே போய்ப் பேசினான்.

அடுத்தடுத்த வாரங்களில் அந்த அழைப்பு வருவது வழக்க மானது. ஒவ்வொரு அழைப்பும் குறைந்தது 15 நிமிடங்களாவது நீடிக்கும். மோகன் தொடர்ந்து என் அணியிலேயே இருப்பதும் வழக்கமானது. ராமகிருஷ்ணனும் கீர்த்திவாசனும் ஒரே அணியில் இருந்தார்கள்.

தொடர்ந்து அந்தப் பெண் என்னுடைய எண்ணில் அழைப்பதால் அவளைப் பற்றி என்னிடம் சொல்ல வேண்டும் எனறு மோகன் நினைத்திருக்கலாம்; பகிர்ந்துகொள்ளவும் ஆலோசனை கேட்கவும் மூத்தவர்கள் யாரும் அவனுக்கு இல்லாததும் காரணமாக இருக்கலாம். ஒருநாள் வீட்டுக்கு வந்து விவரமாகச் சொன்னான். அதற்குள் மோகன் வேலைக்குப் போகத் தொடங்கி ஓராண்டு ஆகியிருந்தது. ஒரு மாதத்திற்கு முன்புதான் புதிய நிறுவனத்தில் வேலைக்குச் சேர்ந்திருந்தான். முதலில் வேலை பார்த்த நிறுவனத்தில் கீதாஞ்சலி அறிமுகமாயிருக்கிறாள். மிக விரைவிலேயே இருவரும் நெருக்கமாகிவிட்டார்கள். அவளுடைய சாதி இவனுடைய சாதியைக் காட்டிலும் சமூக அடுக்கில் சில படிகள் மேலே இருந்தது. அது ஒன்றுதான் பிரச்சினை, அதை கீதா சமாளித்துவிடுவாள் என்று நம்பிக்கையுடனும் மகிழ்ச்சியுடனும் சொன்னான். எனக்கும் மகிழ்ச்சி ஏற்பட்டது.

மோகன் விரைவிலேயே சொந்தமாகக் கைப்பேசி வாங்கி விட்டான். பிறகு கீதாஞ்சலியிடமிருந்து என்னுடைய எண்ணுக்கு அழைப்பு வரவில்லை. அவன் ஆடும்போது கைப்பேசியை என்னிடம் கொடுத்துவைப்பான். அழைப்புகள் வந்தால் எடுக்க வேண்டாம், நான் வந்து பேசிக்கொள்கிறேன் என்று சொல்லியிருந்தான். ஒவ்வொரு வாரமும் அவன் தனியே போய்ப் பேசும் வழக்கம் மாறவில்லை. பையன்கள் எக்கச்சக்கமாகக்

கிண்டலடிப்பதைப் பொருட்படுத்தாமல் பேசிப் பேசியே காதலை வளர்த்தான்.

மோகனின் காதல் அடுத்த கட்டத்திற்கு நகர்வதாகத் தெரியவில்லை. அவனுக்கு 26 வயது ஆகிவிட்டது. கீதாஞ்சலிக்கு 25. எப்படி போய்க்கொண்டிருக்கிறது என அவ்வப்போது விசாரிப்பேன். "ப்ராஸஸ்ல இருக்கு சார். அவங்க வீட்ல கன்வின்ஸ் பண்ணணும்" என்றான். அதற்கு என்ன செய்வதாகத் திட்டம் என்று கேட்டேன். "நானே பேசறேன்னு அவ சொல்றா. என் தரப்புல பேசறதுக்கு யாரும் இல்ல. நானே நேர்ல வரவான்னு கேட்டா வேணாம்னு சொல்றா" என்றான். அவன் குரலில் உற்சாகம் கணிசமாகக் குறைந்திருந்தது. இதுபோன்ற காதல் களில் நான் பேச்சுவார்த்தையில் ஈடுபட்டு வெற்றிகரமாக முடித்ததுண்டு. கீதாஞ்சலியையோ அவள் குடும்பத்தையோ எனக்கு அறிமுகமில்லாததால் அவர்களிடம் எப்படிப் பேசுவதென்ற தயக்கம் இருந்தது. மோகனின் வருத்தத்தைக் கண்டு ஒருமுறை, "நான் வேண்ணா பேசிப் பாக்கட்டுமா?" என்று கேட்டேன். அப்படிக் கேட்டதே அவனை நெகிழச்செய்தது. "கீதா கிட்ட சொல்லிப் பாக்கறேன் சார்" என்றான்.

கீதாஞ்சலி அந்த யோசனைக்கு ஒப்புக்கொள்ள வில்லை. 'நானே பேசி சம்மதம் வாங்கிவிடுவேன், கொஞ்சம் பொறு' என்று சொன்னாளாம்.

மோகன் மைதானத்திற்கு வருவது கொஞ்சம் கொஞ்ச மாகக் குறைந்தது; வந்தாலும் தாமதமாக வருவான். அலுவலகத்தில் அதிக வேலை என்று அவன் சொன்னாலும் அது மட்டும் காரணமல்ல என்பது புரிந்தது. அவன் சண்டை போடுவதும் கணிசமாகக் குறைந்துவிட்டது. மோகனின் சண்டைகள் இல்லாமல் ஆட்டத்தில் சுவாரஸ்யமே இல்லை என்று பையன்கள் பேசிக்கொண்டார்கள். மோகனின் ஆட்டம், போட்டியை அவன் அணுகும் முறை ஆகியவற்றால் உந்துதல் பெற்றுத் தங்கள் ஆட்டத் திறன்களை வளர்த்துக்கொண்ட சில பையன்கள், "மோகன் அண்ணா ஏன் சார் இப்பல்லாம் ரெகுலரா வர்றதில்ல?" என்று கேட்டார்கள். வேலையைக் காரணம் சொல்லி மழுப்பினேன். வாரம் இரண்டு திரைப்படங்கள் பார்க்கும் வழக்கம் மோகனுக்கு உண்டு; சிகரெட், மதுப் பழக்கமும் உண்டு. திரைப்படங்களுக்கு அவனுடன் செல்லும் முகுந்தனிடம் அவனைப் பற்றி அடிக்கடி விசாரிப்பேன். மோகன் அதிகமாகக் குடிக்க ஆரம்பித்துவிட்டான் என்றான் முகுந்தன். நான் மோகனைக் கூப்பிட்டுப் பேசினேன். அவன் அதை மறுத்தான். "அவன் ஒரு லூஸு சார். அவன்

சொல்றத நம்பறீங்களே? ரொம்ப எக்ஸாகரேட் பண்ணுவான் சார். கிரவுண்ட்லயே பாத்துருப்பீங்களே..." என்றான்.

உண்மைதான். களத் தடுப்பிலோ ரன் ஓடும்போதோ முகுந்தன் சொதப்புவது வழக்கம். கண்டனங்களைத் தவிர்ப்பதற்காக உடனே விழுந்து புரள்வான். கையிலோ காலிலோ அடிபட்டுவிட்டது என்று உட்கார்ந்துவிடுவான். சரியாகக் களத் தடுப்பு செய்யாமல் திட்டு வாங்கும்போது உடம்பு சரியில்லை என்பான். மட்டையாடும்போது பந்துகளை வீணடித்து அணியினரின் பொறுமையைச் சோதிக்கும்போது பந்து மிகவும் வேகமாக வருகிறதென்று அநியாயத்துக்குப் பொய் சொல்லுவான். அவன் சொல்வதை அப்படியே எடுத்துக்கொள்ள வேண்டியதில்லை என்று எனக்குத் தெரியும். ஆனாலும் அந்த 'லூசுப் பையன்' தான் மோகன் கூப்பிட்ட இடத்துக்கெல்லாம் போவான் என்பதால் அவனிடம்தான் அடிக்கடி விசாரிக்க வேண்டியிருந்தது.

கிட்டத்தட்ட இரண்டு மாத இடைவெளிக்குப் பிறகு மோகன் மைதானத்திற்கு வந்தான். முகம் சற்றுத் தெளிந்திருந்தது. ஆட்டத்தில் சண்டை போடவில்லை. அவ்வளவு அமைதியான மோகனைப் பார்க்கையில் கொஞ்சம் வருத்தமாகக்கூட இருந்தது. ஆட்டத்தின் இடைவெளியில் தனியாகக் கூட்டிக்கொண்டு போய்ப் பேசினேன். கீதாஞ்சலியைப் பற்றி விசாரித்தேன்.

"அப்டியேதான் சார் இருக்கு. கீதா பிடிகொடுக்காம பேசறா. என்ன பண்றதுன்னு தெரியல" என்றான்.

எனக்கு என்ன சொல்வதென்று தெரியவில்லை. அவனிடம் சொல்வதற்கு அர்த்தமுள்ள ஒரு சொல்கூட அப்போது என்னிடம் இல்லை. நான் என்ன சமாதானம் சொன்னாலும், என்ன அறிவுரை கூறினாலும் அது அவனுக்கு ஏற்கெனவே தெரிந்ததாகத்தான் இருக்கும். அவன் ஆழ்ந்த மௌனத்தில் இருந்தான். நான் கவலைப்படுவதைப் பார்த்துவிட்டு, "கவலப்படாதீங்க சார்... நான் அவ்வளவு ஈஸியா விட்டுர மாட்டேன். கேமோ, லவ்வோ, எதுவா இருந்தாலும் வின் பண்ணணும் சார்..." என்றான்.

மைதானத்தின் ஓரத்தில் சமோசா விற்றுக்கொண்டிருந்த பெரியவரிடம் சமோசா வாங்கிச் சாப்பிட்டோம். "போலாம் சார், அடுத்தது நான்தான் இறங்கணும். வாசுதேவனை இன்னிக்கு ஒரு வழி பண்றேன் பாருங்க" என்றான். சொன்னதுபோலவே வாசுவின் ஒரு ஓவரில் நான்கு சிக்சர்கள் அடித்து அவனைப் பந்து வீச்சிலிருந்து அப்புறப்படுத்தினான். காதல் கை கூடுகிறதோ

இல்லையோ, விளையாட்டில் இருக்கும் வெறி மோகனைக் காப்பாற்றிவிடுமென்ற எண்ணம் எனக்கு ஏற்பட்டது.

மேலும் சில மாதங்கள் சென்றன. மோகன் மைதானத் திற்கு வருவது பழையபடி இல்லாவிட்டாலும் தொடர்ந்து கொண்டுதான் இருந்தது. கீதாஞ்சலி விஷயத்தில் ஏதாவது முன்னேற்றம் உண்டா என்று கேட்க மனம் வரவில்லை. அதைப் பற்றிப் பேசும் மனநிலையில் அவன் இல்லை என்பது புரிந்தது. ஒருநாள் அவனே அந்தப் பேச்சை எடுத்தான். "கீதாவுக்குக் கல்யாணம் ஆயிடுச்சி சார்" என்றான் டீ குடித்துக்கொண்டே. இதை ஓரளவு எதிர்பார்த்தேன் என்றாலும் கேட்கும்போது வருத்தமாக இருந்தது. "கல்யாணத்த பத்தி அவ எங்கிட்ட சொல்லல. நம்பர மாத்திட்டா. அவள கான்டாக்ட் பண்ண முடியல. அவ ஆஃபீஸ் கலீக்ஸ்கிட்ட விசாரிச்சேன். கல்யாணம் பண்ணிட்டு வெளியூர் போயிட்டான்னு சொன்னாங்க. அதுக்கு மேல எந்த இன்ஃபர்மேஷனும் இல்ல. எங்கிட்ட சொல்ல வேணாம்னு சொல்லியிருப்பா" என்றான். யதார்த்தத்தை ஏற்றுக்கொண்ட மனநிலை அவன் குரலில் தெரிந்தாலும் ஆழ்ந்த வெறுமையுணர்ச்சியும் தோல்வியின் கடுமையான வலியும் அதில் வெளிப்பட்டது. நான் நெடுநேரம் பேசாமல் இருந்தேன். பிறகு, "இதுக்கு மேலயும் அவள பத்தி கவலப்படறதுல அர்த்தம் இல்ல மோகன். நீ உன் லைஃப பாரு என்றேன். "ட்ரை பண்றேன் சார்" என்றான்.

பெரியம்மாவின் வீட்டில் வசித்துவரும் மோகனுக்கு உறவினர்களுடன் அதிகத் தொடர்புகள் கிடையாது. கிரிக்கெட் ஆடுபவர்கள்தான் அவனுக்கு நண்பர்கள். அவர்களிலும் அவனுடன் நேரம் செலவழிக்கக்கூடிய வாய்ப்பு பலருக்கு இல்லை. முகுந்தன்

அவன் வீட்டுக்குப் பக்கத்தில் இருக்கிறான். மோகனுடன் மாலை நேரங்களில் அதிக நேரம் செலவிடுபவனும் அவன்தான். நான் அவனைப் பார்த்துப் பேசினேன். மோகனைத் தனியாக விட வேண்டாம் என்றேன். அடிக்கடி நானும் மோகனைத் தொலைபேசியில் அழைத்துப் பேசினேன். வாரத்திற்கு ஒரு முறை என் வீட்டிற்கு வந்து என்னுடனும் என் மனைவி யுடனும் பேசுவான். குழந்தைகளிடம் விளையாடுவான். ராதாகிருஷ்ணனுடன் மைதானத்தில் அதிகம் சண்டை போட்டாலும் அவருடனும் நெருக்கமான நட்பு அவனுக்கு உண்டு. மைதானத்தில் அவருடன் கடுமையாகச் சண்டை போட்டுவிட்டு மாலையில் அவர் வீட்டுக்குப் போய்ச் சூடாக வடை சாப்பிட்டுக் காப்பி குடித்துவிட்டு வருவான். இந்தப் பழக்கங்களெல்லாம் அவனிடம் மாறாமல் இருந்ததால் அவன்

மெல்ல மெல்லத் தேறிவிடுவான் என்னும் நம்பிக்கை எனக்கு ஏற்பட்டது.

ஒரு ஞாயிற்றுக்கிழமை மாலை அவனும் முகுந்தனும் என் வீட்டிற்கு வந்தார்கள். வழக்கம்போல அரட்டையெல்லாம் முடிந்த பிறகு அன்று காலை மைதானத்துக்கு ஏன் வரவில்லை என்று கேட்டேன். நாங்கள் அப்போது கூடத்தில் அமர்ந்து பேசிக்கொண்டிருந்தோம்.

"உங்க ரூமுக்குப் போகலாமா சார்" என்றான். எழுந்து உள்ளே போனோம்.

"போபால் போயிருந்தேன் சார். ஈவ்னிங்தான் வந்தேன்" என்றான்.

"போபாலா? என்ன திடீர்னு? இந்த நேரத்துக்கு போபால்லேந்து ட்ரெய்ன் எதுவும் இல்லையே?" என்றேன்.

"ஃப்ளைட்ல வந்தேன் சார்."

"அப்படி என்னப்பா அவசர வேலை?"

"கீதாவைப் பார்த்தேன்..."

எனக்கு ஒரு நிமிடம் பேச்சே வரவில்லை. அவனை நிமிர்ந்து பார்த்தேன். அமைதியாக விவரம் சொன்னான்.

கீதாஞ்சலி தன்னைப் பற்றிய தகவல்களை அவனிடமிருந்து மறைத்தாலும் அவன் யார் யாரையோ பிடித்து எப்படியோ அவள் இருக்குமிடத்தைக் கண்டுபிடித்துவிட்டான். ரயிலில் செல்லப் பொறுமையில்லாமல் விமானத்தில் சென்று அங்கே வாடகைக் கார் பிடித்து அவள் வீட்டுக்குப் போயிருக்கிறான். இவனைப் பார்த்ததும் அவள் பேரதிர்ச்சியில் உறைந்துபோயிருக்கிறாள். என்ன செய்வானோ என்று பயந்துவிட்டாள். கணவன் வரும் நேரம் என்பதால் கூடுதலாகவே பயந்திருக்கிறாள். இவன் ஒரே ஒரு கேள்விதான் கேட்டான். "என்னை ஏமாற்றிவிட்டுப் போக உனக்கு எப்படி மனம் வந்தது" என்றான். சொல்வதற்கு உரிய பதில் இல்லாமல் அவள் திண்டாடினாளாம். "என்னை ஏமாற்ற முடியாது. என்னை விட்டு எங்கும் ஓடி ஒளிய முடியாது. நான் நினைத்தால் உன்னுடைய இந்தப் புதிய வாழ்வைக் கலைத்துவிடலாம். ஆனால் நீ எனக்குச் செய்ததை நான் உனக்குச் செய்ய விரும்பவில்லை. என்னை ஏமாற்றிய குற்றவுணர்வு உனக்கு வாழ்நாள் முழுவதும் இருக்க வேண்டும் என்பதற்காகவே உன்னைப் பார்த்துவிட்டுப் போக வந்தேன்" என்று சொல்லி யிருக்கிறான். கீதாஞ்சலி வெலவெலத்துப்போனாள். அவள் கணவன் வரும்வரை காத்திருந்து அவளுடைய பழைய அலுவலக

நண்பன் என்று தன்னை அறிமுகப்படுத்திக்கொண்டான். வேலை விஷயமாக வந்ததால் அப்படியே பார்த்துவிட்டுப் போகலாம் என்று வந்ததாகச் சொல்லித் தேநீர் அருந்திவிட்டுக் கிளம்பினான்.

“அவ்ளோதான் சார். நேருக்கு நேரா அவள பாத்து என் மனசுல இருக்கறத கொட்டிட்டேன். அவளால சாகறவரைக்கும் மறக்க முடியாது” என்றான்.

இதற்கு என்ன சொல்வதென்று எனக்குத் தெரியவில்லை. அவன் செய்தது சரியா தவறா என்று முடிவெடுக்கும் உரிமை எனக்கு இருப்பதாகத் தோன்றவில்லை. இதுபற்றிப் பேசினால் அவன் வலி அதிகமாகுமென்று தோன்றியது. சிறு புன்னகை யுடன், “பெரிய ஆள்தாம்பா நீ. இவ்வளோ எஃபர்ட் எடுத்துப் போயிட்டு வந்திருக்கியே” என்றேன்.

“இப்பதான் சார் கொஞ்சம் ரிலாக்ஸ்டா இருக்கு” என்றான். அதைக் கேட்டு எனக்கு நிம்மதி ஏற்பட்டது. பேச்சை மாற்ற விரும்பினேன்.

“போன வாரம் வயித்து வலின்னு டாக்டர பாத்தியே, என்ன சொன்னாரு?” என்றேன்.

“கிட்னில ஸ்டோன் இருக்குன்னு சொன்னாரு. மருந்து சாப்பிட்டுட்டு இருக்கேன்” என்றான்.

“டாக்டர் குடுக்கற மருந்த சாப்டா மட்டும் போதாது. நீயா சாப்பிடற மருந்தைக் கொறச்சிக்கணும்” என்றேன்.

சிரித்தான். “ரொம்ப கொறச்சிட்டேன் சார்” என்றான். நான் முகுந்தனைப் பார்த்தேன். அவன் வேறுமாதிரி சிரித்தான். “மாதுளம்பழம் ஜூஸ் சாப்பிடு. வயித்துக்கு நல்லது” என்றேன். “ஷ்யூர் சார்” என்றான். விடைபெற்றுக்கொண்டு கிளம்பினான். கூடத்தில் விளையாடிக்கொண்டிருந்த குழந்தைகளைச் சீண்டிச் சிறிது நேரம் விளையாடிவிட்டுச் சென்றான்.

காலையில் ஆறு மணிக்கு முகுந்தனிடமிருந்து செய்தி வந்திருந்தது. “மோகன் இறந்துவிட்டான். ரயில் பாதையில் விழுந்து தற்கொலை செய்துகொண்டான்” என்றது அந்தச் செய்தி. இரவு மாதுளம்பழச் சாறு அருந்திவிட்டு, உணவு சாப்பிட்டுவிட்டு, முகுந்தனை அவன் வீட்டில் விட்டுவிட்டு நன்றாகக் குடித்து விட்டுப் போய்த் தண்டவாளத்தில் படுத்துவிட்டான் என்பது பிறகுதான் தெரிந்தது.

காலச்சுவடு, **செப்டம்பர் 2023**

8

முகங்கள்

"ஹாய் மாலினி!"

"ஹாய் ஷங்கர்! வி.பி. உங்கள கூப்டார்."

"ஓ.கே."

ஷங்கர் நாற்காலியில் உட்கார்ந்து மடிக் கணினியைத் திறக்க ஆரம்பித்தான்.

"ஸிஸ்டம்லாம் அப்றமா ஆன் பண்ணிக்கலாம். மொதல்ல வி.பி.ய பாத்துட்டு வந்துடுங்க ஷங்கர். ஏதோ அர்ஜன்ட் போலருக்கு. மூணு வாட்டி இன்டர்காம்ல கூப்டுட்டாரு!"

"அவ்ளோ என்ன அவசரம்?"

"யாருக்குத் தெரியும்?" என்று தோள்களைக் குலுக்கிவிட்டுத் தன் வேலையைத் தொடர்ந்தாள் மாலினி. ஷங்கர் பத்து நிமிடங்கள்தான் தாமதமாக வந்திருந்தான். உட்காரவும் கூடாத அளவுக்கு என்ன அவசரம் என்று குழம்பியவனாக எழுந்து சென்றான்.

கதவை மெதுவாகத் தட்டிவிட்டு நுழைவ தற்குள் உள்ளேயிருந்து "கம், கம்..." என்று சத்தமாகக் குரல் கேட்டது. உள்ளே போனால் வி.பி. ராமச்சந்திரனுக்கு எதிரில் ஜே.எம்.டி. கருணாகரன் நாயர் உட்கார்ந்திருந்தார். இருவருக்கும் தனித்தனியாக "குட்மார்னிங் சார்" என்றான். "லேப்டாப் எங்க?" என்றார் ராமச்சந்திரன்.

"சார் நீங்க அவசரமா வரச் சொன்னதா மாலினி சொன்னாங்க..."

“யெஸ் ஷங்கர். அவசரம்தான். அதுக்காக வெறுங்கையோட வந்தா என்ன பேசறது? எல்லா ஃபிகர்ஸ் அண்ட் பேக்ட்ஸ் ஃபிங்கர் டிப்ஸ்ல வெச்சிருக்கீங்களா?”

“ஜஸ்ட் எ மினிட் சார். இதோ கொண்டுவந்துர்றேன் சார்.”

“ஹரியப் ஷங்கர். டயமாச்சு. டென் தர்ட்டிக்கு நாங்க ரஹேஜா டவர்ஸ்ல இருக்கணும். இந்த ட்ராஃபிக்ல எப்படி போறதுன்னு கொஞ்சம் யோசிச்சி பாருங்க.”

“தோ சார் ...” என்று வெளியே ஓடினான். ‘சென்னைல டிராஃபிக் அதிகமா இருந்தா அதுக்கு நா என்னடா பண்றது வெண்ண’ என்று மனதுக்குள் புலம்பியபடி ஓடினான்.

அவசரமாக ஓடி வந்தவனைப் பார்த்து மாலினி, “ஹே ... என்ன இந்த ஓட்டம்?” என்றாள்.

“ஸ்போர்ட்ஸ் டே ஈவன்டுக்காக ப்ராக்டீஸ் பண்றன்” என்று சொல்லிவிட்டு லேப்டாப்பை எடுத்துக்கொண்டு விரைந்தான். ‘குட் ஜோக்’ என்று அவள் பதில் சொன்னது அவனுக்குப் பின்னால் மெலிதாகக் கேட்டது. லேப்டாப்பில் எவ்வளவு சார்ஜ் இருக்கிறது என்று தெரியவில்லை. பத்தரை மணிக்கு ரஹேஜா டவரில் இருக்க வேண்டுமென்றால் இங்கே 15 நிமிடங்களுக்கு மேல் பேச வாய்ப்பில்லை. 15 நிமிடங்கள் லேப்டாப் தாக்குப் பிடிக்கும்.

“கமான், ஸிட், ஸிட் ...” என்றார் வி.பி. ராமச்சந்திரன். ஜே.எம்.டி. அமைதியாக உட்கார்ந்திருந்தார். மேஜைமீது லேப்டாப்பை வைத்து அதைத் திறக்கப் போனான்.

“இங்க பாருங்க ஷங்கர்” என்று ராமச்சந்திரன் தன்னுடைய லேப்டாப்பை அவர்களை நோக்கித் திருப்பினார். தானும் பார்க்க வசதியாகச் சற்றே தன் நாற்காலியை நகர்த்திக்கொண்டார். விசைப் பலகையைத் தன் மடிமீது வைத்துக்கொண்டு மவுசை வைத்து இயக்கினார். இரண்டும் தொலையுணர் கருவிகள் என்பதால் தூரத்திலிருந்தே இயக்கினார்.

திரையில் ஒரு பிபிடி பிரசன்டேஷன் ஓடியது. ஷங்கர் செய்ததுதான் அது. 100 கோடி மதிப்புள்ள புதிய திட்டத்திற்கான வரைவு அது. போன மாதமே அதைச் சமர்ப்பித்துவிட்டான். வாடிக்கையாளரிடமிருந்து பதில் எதுவும் வந்ததாகத் தெரியவில்லை. பதினைந்தாவது ஸ்லைடில் நிறுத்தினார். “படிங்க” என்றார். படித்தான்.

“இந்த எடத்துல கிளாரிட்டி இல்லன்னு கிளையன்ட் ஃபீல் பண்றாங்க” என்றார்.

“உங்ககிட்ட கேட்டுதானே சார் போட்டேன்...”

“நா சொன்னத நீங்க ஃபுல்லா அப்சர்வ் பண்ணிக்கல ஷங்கர். நானும் அவசரத்துல டச் பண்ணாம அனுப்பிட்டேன். இப்படி ஒரு ஸில்லி மிஸ்டேக் பண்ணியிருப்பீங்கன்னு நான் எப்படி எதிர்பார்க்க முடியும்? நீங்க என்ன ஃபிரஷ்ஷரா?” என்றார் குரலைச் சற்றே உயர்த்தியபடி.

“சார்...” என்றான் தயக்கத்துடன்...

“நோ எக்ஸ்ப்ளனேஷன் ஷங்கர். ஐ ஆம் நாட் இன்ட்ரெஸ்டட் இன் எக்ஸ்க்யூஸஸ் அன்ட் எக்ஸ்ப்லனேஷன்ஸ். ஐ வான்ட் டெலிவரி. ஐ வான்ட் எ ஃப்லாலஸ் ட்ராஃப்ட். காட் மை பாயின்ட்?” என வெடித்தார்.

“சார்...”

“எதுவும் பேசாதீங்க. எம் மண்டையே வெடிச்சிடும்போல இருக்கு” என்று இரண்டு கைகளையும் காதுகளுக்கு மேல் வைத்து அழுத்திக்கொண்டார்.

அப்போது அவர் மடியிலிருந்து விசைப்பலகை கீழே விழுந்தது. எடுத்துக்கொண்டு நிமிரும்போது அவர் முகம் இன்னும் சிவந்திருந்தது. நல்லவேளை குனியும்போது கண்ணாடி கீழே விழவில்லை என்று ஷங்கர் நினைத்துக்கொண்டான்.

அந்த இடத்தில் என்ன மாற்றம் செய்ய வேண்டுமென்று விளக்கினார். முற்றிலும் புதிய அம்சங்களைச் சொன்னார். போன முறை இதைப் பற்றியெல்லாம் பேசவே இல்லை. ஆனால், “இந்த முறையாவது கரெக்டா பண்ணி ஈவினிங் எவ்வளோ நேரமானாலும் அனுப்பிட்டு போங்க” என்று சொல்லும்போது ஷங்கரால் ஒன்றும் சொல்ல முடியவில்லை. வி.பி. இன்று வழக்கத்துக்கு அதிகமாக விறைப்பும் முறைப்பும் காட்டுவதைப் பார்த்தால் நாயரிடம் நன்றாக வாங்கிக் கட்டிக்கொண்டிருப்பான் என்று தோன்றியது.

“நோட் த பாயின்ட்ஸ்” என்று ஒரு பேப்பரை எடுத்துக் கொடுத்தார். ஷங்கர் குறித்துக்கொண்டான்.

“சீக்கிரமா போய் வேலய ஆரம்பிங்க” என்றார். ஷங்கர் எழுந்து கொண்டான். அப்போது கருணாகரன் நாயர் அவனை நிமிர்ந்து பார்த்தார்.

“இது எவ்ளோ இம்போர்டென்டுன்னு நிங்ஙள்க்கு மனசிலாகுதா?” என்று கேட்டார்.

“யெஸ் ஸார். ஷ்யூர் ஸார்” என்றான் படபடப்புடன்.

“பீ கேர்ஃபுள்” என்று சொல்லிவிட்டு எழுந்தார்.

“ராம், இத ஷங்கர் பண்றாரா அவங்க தாத்தா பண்றாரான்ற தெல்லாம் எனக்குத் தெரியாது. ஈவ்னிங் ஐ நீட் திஸ். இட் ஈஸ் யுவர் ரென்பான்ஸிபிலிட்டி” என்று வி.பி.யைப் பார்த்துச் சொல்லி விட்டு ஜே.எம்.டி. வேகமாக வெளியேறினார்.

ஷங்கர் பம்மியபடி இருக்கைக்கு வரும்போது மணி 10.45. ரஹேஜா டவர்ஸ் என்ன ஆயிற்று என்ன எழவுக்காக லேப்டாப்பைக் கொண்டு வரச் சொல்லி மிரட்டினான். போனமுறை இதை யெல்லாம் சொல்லாதது அவன் தப்பு. ஆனால் இப்போது என்னிடம் எகிறுகிறான். மாலைக்குள் எல்லாக் கணக்குகளை யும் போட்டு அறிக்கையை முடிப்பது சாத்தியமே இல்லை. ஆனால் முடிக்காவிட்டால் கொட்டையை நசுக்கிவிடுவான். ஷங்கர் மனதுக்குள் புலம்பிக்கொண்டே வேலையைத் தொடங்கினான்.

“என்ன ஷங்கர், ஏதாவது ப்ராப்ளமா?” என்றாள் மாலினி.

“ப்ராப்ளம் இல்லாம நமக்கு என்னிக்கு விடிஞ்சிருக்கு?”

❍

அந்தப் பையனும் பெண்ணும் ஒடுங்கியபடி நின்றிருந்தார்கள். சாலையோரத்தில் ஒரு காரும் அதன் பின்னால் ஒரு பைக்கும் நின்றிருந்தன. காரை பைக் இடித்திருப்பதற்கான அடையாளம் தெரிந்தது. வாட்டசாட்டமாக ஒரு ஆள் அந்தப் பையனைப் பார்த்து முறைத்துக்கொண்டும் திட்டிக்கொண்டும் இருந்தான். அனேகமாக அவன் காரை ஓட்டி வந்தவனாக இருக்கலாம். அந்தப் பையனை அவன் அடித்திருப்பான் என்பது தெளிவாகத் தெரிந்தது. சிவாவுக்குக் கோபம் வந்தது. அவர்களைச் சுற்றிலும் சிறு கூட்டம் நின்றிருந்தது. காரை ஓட்டி வந்தவனின் பேச்சு ஆணித்தரமாக இருந்தது. யாரும் அவன் பேச்சில் குறுக்கிடவில்லை.

சிவா தன்னுடைய பைக்கை ஓரமாக நிறுத்திவிட்டு நான்கைந்து பேருக்கு ஃபோன் செய்தான். ஃபோனை பத்திரமாகப் பாக்கெட்டில் போட்டுக்கொண்டு அந்தக் கூட்டத்தை நெருங்கி னான். அந்தப் பையன் அருகே சென்று, என்னப்பா பிரச்சினை என்றான். போக்குவரத்து நெரிசலில் முன்னால் போன கார் திடீரென்று நின்றதில் தன்னால் கட்டுப்படுத்த முடியாமல் லேசாக இடித்துவிட்டதாகச் சொன்னான். அவர் முகவரி கொடுத்தால் நாளைக்கு வந்து பழுதுபார்ப்பதற்கான பணத்தைத் தந்துவிடுவதாகச் சொன்னான். அதுவரை தன்னுடைய மொபைலை அவரிடம் தந்துவைப்பதாகவும் போலீஸ், பெற்றோர்

என்று விஷயத்தைப் பெரிதுபடுத்த வேண்டாமென்றும் சொன்னான்.

"அடிச்சாரா?" என்று கேட்டான் சிவா. அந்தப் பையன் பரிதாபமாகத் தலையசைத்தான். அந்தப் பெண்ணும் கண்ணீர் கசியும் கண்களுடன் அதை உறுதிப்படுத்தினாள்.

சிவா, கார் ஓட்டி வந்தவனைப் பார்த்துத் திரும்பினான். அவன் தன்னிடம் பேச்சுவார்த்தை நடத்துவான் என்று அவன் எதிர்பார்த்திருந்தான். அவன் கண்களை நேராகப் பார்த்து, "பையனை எதுக்காக அடிச்சீங்க?" என்று தெளிவான உறுதியான குரலில் கேட்டான். அந்தக் கேள்வியை அவன் எதிர்பார்க்க வில்லை. "உன் வண்டிய இடிச்சிருந்தா சும்மா வுட்ருப்பியா?" என்றான். "எதுக்காக அடிச்சீங்க?" என்று மறுபடியும் கேட்டான். "வண்டிய ரிப்பேர் பண்ணாம இங்கேருந்து ஒரு இஞ்ச் நகர மாட்டேன்" என்றான் அவன். இளைஞனின் பைக் சாவி அந்த ஆளிடம் இருந்தது. "ஏன் அடிச்சீங்க?" என்றான் சிவா.

"நீ என்ன கேட்டதையே கேட்டுக்கிட்டு இருக்க? வண்டிய இடிச்சா அடிக்கத்தான் செய்வாங்க" என்றான் அந்த ஆள்.

"இடிச்சதுக்கும் அடிச்சதுக்கும் சரியா போச்சு. அந்த வண்டிய எப்படி ஸ்டார்ட் பண்றதுன்னு எனக்குத் தெரியும். உங்களுக்கு நயா பைசா கிடைக்காது" என்றான் சிவா.

"நீ என்ன பெரிய ரவுடியா இல்ல போலீஸா, பஞ்சாயத்து பண்ண வந்துட்ட? இங்கோர்ந்து ஒரு அடி அந்தப் பையன் நகர முடியாது. நான் யார் தெரியுமா?" என்றான்.

"கொஞ்ச நேரத்துல அஸிஸ்ட்டெண்ட் கமிஷனர் பேசுவாரு. அவர்கிட்ட நீ யாருன்னு சொல்லு" என்றான் சிவா. பிறகு நிதான மாக ஒரு சிகரெட் பற்றவைத்தான். "உனக்காச்சு, எனக்காச்சு. பாத்துரலாம்" என்றான். அதற்குள் அவன் அழைத்திருந்த நண்பர்கள் வந்தார்கள். கூட்டத்தில் சலசலப்பு ஏற்பட்டது. காவலர்கள் வந்தார்கள். பஞ்சாயத்து நடந்தது. பையனுடைய முகவரி, தொலைபேசி எண்ணை வாங்கிக்கொண்டார்கள். வண்டியைப் பழுதுபார்க்க நியாயமாக என்ன செலவு உண்டோ அதற்கு நான் உத்தரவாதம் என்றான் சிவா. அவனுடைய நண்பரும் காவல்துறை அதிகாரியுமான துரைசாமி பிரச்சினை நடந்த இடத்திற்கு வரவில்லை. ஆனால் அங்கிருந்த காவலர் மூலம் அந்த ஆளிடம் தொலைபேசியில் பேசினார். இதைப் பெரிதுபடுத்த வேண்டாம் என்றார். அரை மணிநேரத்தில் விவகாரம் முடிந்து கூட்டம் கலைந்தது.

“இன்னிக்கு என்ன டிஃபன்?”

“இட்லி.”

“நேத்துதான இட்லி பண்ணின? தினமும் எப்டி இட்லி சாப்புட்றது?”

“மாவு இருக்கு. இன்னிக்கு பண்ணலன்னா புளிச்சிபோயிடும்.”

“மாவு புளிச்சா தோச ஊத்திருவியே, அப்புறம் என்ன?”

“இன்னிக்கு ஒரு நாள்தான?”

“என்னால முடியாது. நீங்கல்லாம் சாப்டுங்க. எனக்கு ரெண்டு சப்பாத்தி போட்டுக் குடு.”

“உங்களுக்கு மட்டும் சப்பாத்தின்னா பசங்க கேக்க மாட்டாங்களா?”

“கேட்டா சுட்டு குடு.”

“அப்ப இட்லி மாவ என்ன பண்றது?”

“கூடக்கூட பேசாத. எனக்கு இட்லி வேணாம். பசங்கள சமாளிக்கறது உன் தலவலி. நா ஏற்கனவே ஏகப்பட்ட டென்ஷன்ல இருக்கேன். கடுப்பேத்தாத.”

“... ... ...”

“என்னா முணுமுணுப்பு?”

“ஒண்ணுமில்ல”

❍

‘டேட்டிங் சர்வீஸ் வேண்டுமா? தொடர்புகொள்ளுங்கள்’ என்ற செய்தி வந்திருந்தது. கூடவே ஒரு எண். நீண்ட யோசனைக்கும் தயக்கத்துக்கும் பிறகு பிரசாத் அந்த எண்ணில் அழைத்தான். சிறிது நேரம் மணியடித்தது, பிறகு துண்டிக்கப்பட்டது. ஐந்து நிமிடங்களில் அதே எண்ணிலிருந்து அழைப்பு வந்தது. “சொல்லுங்க சார், உங்களுக்கு என்ன வேண்டும்?” என்றொரு பெண் குரல் இந்தியில் கேட்டது. ஆங்கிலத்தில் பேச முடியுமா என்று இவன் ஆங்கிலத்தில் கேட்டான். சற்றே தடுமாற்றம் நிறைந்த ஆங்கிலத்தில் அந்தப் பெண் தொடர்ந்தாள்.

“உங்களுக்கு என்ன வேண்டும்?”

“இந்த எண்ணிலிருந்து ஒரு செய்தி வந்திருந்தது. டேட்டிங் சேவை தருவதாகச் சொன்னது.”

"ஆமாம் சார். நாங்கள் டேட்டிங் சேவை நிறுவனம் நடத்துகிறோம்."

"என்னென்ன சேவைகளை வழங்குகிறீர்கள்?"

"எங்கள் நிறுவனத்தில் பதிவு செய்தால் உங்கள் விருப்பத்திற் கேற்ற பெண்களின் தொடர்புகளைக் கொடுப்போம். நீங்கள் எந்த ஊரில் இருக்கிறீர்களோ அந்த ஊரில் இந்தச் சேவைகளைப் பெறலாம்."

"சேவை என்றால்?"

"உங்கள் விருப்பத்திற்கேற்ற பெண்ணைச் சந்திக்கலாம். பேசலாம். வெளியில் போகலாம்."

"அவ்வளவுதானா?"

"உடல் உறவும் வைத்துக்கொள்ளலாம்."

பிரசாத்துக்கு மனம் பொங்கியது.

"எவ்வளவு செலவாகும்?"

"நாங்கள் உங்களுக்கு மேடம்களின் தொடர்பைக் கொடுப் போம். நீங்கள் மகிழ்ச்சியாக இருக்கலாம். பணம் தர வேண்டாம்."

"இலவசமாகவா?"

"பதிவுக் கட்டணம் உண்டு சார். மேடமுக்குப் பணம் தர வேண்டாம். அவர்கள் யாரும் பாலியல் தொழிலாளி கிடையாது. உங்களைப் போலத்தான்."

"ஓ... அப்படியானால் எங்களுக்குத் தொடர்பு ஏற்படுத்தித் தருவதுதான் உங்கள் சேவையா?"

"ஆமாம் சார். நீங்கள் எங்கே இருக்கிறீர்கள்?"

"சென்னை."

"சென்னையில் எங்களுக்கு நிறைய மேடம்ஸ் இருக்கிறார்கள். கல்லூரி மாணவிகள், திருமணமானவர்கள், விவாகரத்து ஆனவர்கள், விதவைகள் என்று பலர் இருக்கிறார்கள்."

"நான் அடுத்த வாரம் ஹைதராபாத் போவேன். அங்கே இந்தச் சேவை கிடைக்குமா?"

"இந்தியா முழுவதும் கிடைக்கும் சார்."

"பெண்களை நான் எப்படித் தேர்ந்தெடுப்பது?"

“இரண்டு மாதங்களுக்கு 2100 ரூபாய். வாரத்திற்கு இரண்டு மீட்டிங். பணம் கட்டினீர்கள் என்றால் உங்களுக்கு வாட்ஸப்பில் மேடம்ஸ் புகைப்படங்கள், விவரங்களை அனுப்புவோம். உங்கள் வாட்ஸப் எண் இதுதானே?”

“ஆமாம்.”

“அதில் வங்கிக் கணக்கு விவரங்களை அனுப்புகிறோம்.”

“மற்ற தகவல்களையும் சேர்த்து அனுப்புங்கள்.”

தொலைபேசியில் சொன்ன விவரங்களுடன் கூடுதலாகச் சில விவரங்களும் வந்தன. கணக்கு விவரமும் வந்தது. வாட்ஸப் செய்தியில் பணம் சம்பாதிக்கவும் வாய்ப்பு உண்டு என ஒரு வரி இருந்தது. அந்த எண்ணில் மீண்டும் அழைத்தான்.

“சொல்லுங்க சார்?”

பிரசாத் தன்னுடைய சந்தேகத்தைக் கேட்டான்.

“எங்கள் தொடர்பில் சில மேடம்கள் இருக்கிறார்கள். அவர்களை நீங்கள் திருப்திப்படுத்தினால் பணம் தருவார்கள்.”

“எவ்வளவு?”

“5000, 10,000...”

“ஓஹோ...”

“சார், எப்போது பதிவு செய்கிறீர்கள்?”

“யோசித்துச் சொல்கிறேன்.”

“இவ்வள்வு தூரம் விசாரித்துவிட்டு இப்போது இப்படிச் சொன்னால் எப்படி?”

“விவரம் தெரியாமல் முடிவெடுக்க முடியாது. விவரம் தெரிந்தாலும் உடனடியாக முடிவெடுக்க முடியாது. யோசிக்க வேண்டும்.”

“எவ்வளவு நாள் ஆகும் சார்?”

“இரண்டு வாரங்கள்.”

“இரண்டு வாரங்களா?”

“ஆமாம்.”

“சரி சார்.”

பிரசாத்தின் மனம் பரபரக்க ஆரம்பித்தது. கல்லூரி மாணவிகள், இல்லத்தரசிகள், விதவைகள், விவாகரத்து

ஆனவர்கள். தான் கேட்டதையும் படித்ததையும் அவனால் நம்ப முடியவில்லை. பெரிய இடத்துப் பெண்கள் சிலர் இதற்குப் பணமும் தருவார்கள். யார் கண்டது? இதுபோன்ற தொடர்புகள் ஆழமாகவும் உருவாகலாம். முயற்சி செய்துபார்த்தால் என்ன என்று அவனுக்குத் தோன்றியது.

ஆனால் கைப்பேசி, இணையம் ஆகியவை வழியாகப் பாலுறவு ஆசைகாட்டிப் பணம் பிடுங்கும் கும்பலைப் பற்றி அவன் நிறையவே கேள்விப்பட்டிருக்கிறான். பணம் கட்டுவதன் மூலம் தன்னுடைய வங்கிக் கணக்கு விவரம் அவர்களிடம் போய்விடும். வங்கிக் கணக்கிலிருந்து பணம் எடுக்கும் வித்தையும் அவர்களுக்குத் தெரிந்திருக்கும். சந்திக்க வரும் பெண்கள் நம்மைப் போல இல்லாமல் இந்த நிறுவனத்தின் ஆட்களாக இருக்கலாம். அவர்கள் ஏதாவது படம் எடுத்துவைத்துக்கொண்டு மிரட்டலாம். உறவு வைத்துக்கொள்ளலாம் என்று கூட்டிப்போய் அந்த இடத்தில் நான்கைந்து பேர் சூழ்ந்துகொண்டு மிரட்டிப் பணம் பிடுங்கலாம். யூடியூப், இணையம் என்று மானத்தை வாங்கிவிடுவேன் என்று கூறி மிரட்டலாம். எப்படி நம்புவது?

இத்தனை சந்தேகங்களையும் தாண்டிப் பிரசாத்துக்குச் சபலம் எழுந்தது. என்னதான் ஆகிறதென்று பார்த்துவிடலாம் என்று நினைத்தான். ஆனாலும் பயம் நீங்கவில்லை. மாட்டிக் கொண்டால் பணம் போகும் என்பதோடு மானமும் போகும். வீட்டிலும் மற்ற இடங்களிலும் அசிங்கப்பட வேண்டியிருக்கும்.

சபலமும் அச்சமும் அலைக்கழித்ததில் பிரசாத் குழம்பி னான். தேவநாதனிடம் பேசலாமென்று முடிவு செய்தான். தேவநாதன் முன்னணி ஊடகம் ஒன்றில் குற்றவியல் செய்திகளைக் கையாள்பவன். அவனிடம் யோசனை கேட்கலாம். ஆனால் தனக்கு என்று சொல்லி எப்படிக் கேட்பது?

நெடுநேரம் யோசித்த பிறகு ஒரு முடிவோடு தேவநாதனை அழைத்தான். "அர்ஜென்டா பேசணுமா?" என்றான் அவன். "இல்ல. எப்ப கூப்படலாம்?" "நானே எட்டு மணிக்கு மேல கூப்பட்றேன்."

தேவநாதன் ஒன்பது மணிக்குக் கூப்பிட்டான். கைப்பேசித் திரையில் அவன் எண்ணைப் பார்த்ததும் பிரசாத் எழுந்து வெளியில் வந்தான்.

"சொல்லு ப்ரோ" என்றான் தேவநாதன்.

"என்னோட டிஸ்டன்ட் ரிலேட்டிவ் ஒருத்தர். மிடில் ஏஜ். அவருக்கு ஒரு ப்ராப்ளம்" என்றான் பிரசாத்.

பிரசாத்தின் உறவினர் செந்தில்நாதனுக்கு விவாகரத்து ஆகிவிட்டது. மனைவி வேறொருவருடன் தொடர்பு வைத்திருந் தார். விவாகரத்துக்குப் பின் அவரையே கல்யாணம் செய்து கொண்டுவிட்டார். செந்தில்நாதனுக்கு வசதி இருக்கிறது. குழந்தைகள் இல்லை. மனதில் ஆசை இருக்கிறது. ஆனால் இன்னொரு திருமணம் செய்துகொள்ள விருப்பம் இல்லை. அப்போதுதான் தற்செயலாக டேட்டிங் சேவை நிறுவனம் பற்றித் தெரியவந்தது. ஆனால் நேரடியாகப் பணம் கட்டிச் சேர்ந்துகொள்ள பயமாக இருக்கிறது. ஏதாவது வம்பில் மாட்டிக்கொள்ளக் கூடாதே என்று பயப்படுகிறார். என்ன செய்யலாம்?

"அவருக்குதான் வசதி இருக்குல்ல? செக்ஸ் ஒர்க்கர்கிட்ட போக வேண்டியதுதானே?" என்றான் தேவநாதன்.

பாலியல் தொழிலாளியிடம் போவதென்றால் செலவு அதிகம் ஆகும். இவர்களோ இரண்டு மாதத்திற்கு 2100, அதில் 12 சேவைகள் என்கிறார்கள். அதில் சில பெண்கள் நமக்கே பணம் தருவார்களாம். இதைவிட்டுவிட்டுப் பாலியல் தொழிலாளியிடம் ஏன் பணம் செலவு செய்ய வேண்டும்?

"அதில்ல தேவா. அவருக்கு வேண்டியது செக்ஸ் மட்டுமல்ல. துணை. கம்பேனியன்ஷிப்."

"அப்படீன்னா கல்யாணம் பண்ணிக்க சொல்லு."

"அதுதான் வேண்டாம்னு முடிவோட இருக்காரே. இதோ பார் தேவா. அவர்கிட்ட நான் எல்லா ஆங்கிள்லயும் பேசிப் பாத்துட்டேன். அவரு இந்த ஆப்ஷன் பெட்டர்னு ஃபீல் பண்றாரு. நீ க்ரைம் ரிப்போர்ட்டரா இருக்கறதால உங்கிட்ட கேட்டுச் செய்யலாம்னு பாக்கறேன்."

"க்ரைம் ரிப்போர்ட்டரா இருக்கறதாலதான் இவ்ளோ கேள்வி கேக்கறேன். இன்னிக்கு செக்ஸ் இண்டஸ்ட்ரி மாதிரி பணம் பிடுங்கற இண்ட்ஸ்ட்ரி வேற எதுவும் இல்ல. டீன் ஏஜ் பசங்கள்லேந்து பல்லுபோன கெழவன்வரைக்கும் இதுல சிக்கி சின்னாபின்னமாயிருக்காங்க. லேடீஸும் இந்த மாதிரி முயற்சில இறங்கி மாட்டிட்டு முழிக்கறாங்க. போன மாசம்கூட என் பழைய ஃப்ரெண்டு ஒருத்தி இதுமாதிரி சிக்கல்ல மாட்டிக்கிட்டா. சொசைட்டில நல்ல பொசிஷன்ல இருக்கா. எப்படியாவது இதுலேந்து காப்பாத்து தேவ்னு கெஞ்சினா. எப்படியோ பிரச்சினைய முடிச்சுக் குடுத்தேன்."

"அதுனாலதான் உங்கிட்ட வந்துருக்கேன்."

"உட மாட்டியே... நீ நம்பர், மெசேஜ் எல்லாத்தையும் ஃபார்வேர்ட் பண்ணு."

எல்லாவற்றையும் அனுப்பிய பிரசாத் இந்த நிறுவனத்தின் மூலம் சந்திக்கக்கூடிய பெண்களைப் பற்றி யோசித்துக் கொண்டிருந்தான். கல்லூரி மாணவிகள் வேண்டாம் என்று முடிவு செய்தான். 35 வயதான பெண்களில் இல்லத்தரசிகள், விதவைகள், விவாகரத்தானவர்கள் ஆகிய வகைமைகளிலிருந்து தேர்ந்தெடுத்துக்கொள்ளலாம் என்று முடிவு செய்திருந்தான்.

தேவா ஒரு வாரம் கழித்து அழைத்தான்.

"சொல்லு தேவா."

"இந்த பார்டிகுலர் கம்பெனிய பத்தி பெரிசா யாருக்கும் தெரியல. நம்பர போட்டா தகவல் எல்லாம் கரெக்டா வருது. ட்ரூ காலர் ஐடிய பாத்துட்டு அந்த நம்பரை செக் பண்ணிட்டுதான் கால் பண்றாங்கபோல. இதுவரைக்கும் இவங்கள பத்தி ரிப்போர்ட் எதுவும் வந்தா மாதிரி தெரியல. ஆனா அவங்க இவ்ளோ சீப்பா ஆஃபர் பண்றத பாத்தா சந்தேகம் வருது. உங்க ரிலேட்டிவ எக்ஸ்பெரிமெண்ட் பண்ண சொல்லு. அவர் நம்பர், ஆல்டர்னேட்டிவ் நம்பர் எல்லாம் எங்கிட்ட குடு. எதுனா பிரச்சின வந்தா பாத்துக்கலாம். டேட்டிங்ன்றது இல்லீகல் இல்லன்றதுனால போலீஸ்கிட்ட போறதுக்கு பிரச்சன எதுவும் இருக்காதுன்னு நெனைக்கறேன்."

"தேங்ஸ் தேவா. நான் அவர்கிட்ட சொல்லிடறேன்."

இன்னமும் பிரசாத்துக்கு முழு தைரியம் வரவில்லை. எல்லாம் சரியாக அமைந்தால் அதிருஷ்டம்தான். தவறாகிப் போனால் என்ன செய்வது? பிரச்சினை வந்தால் தேவாவிடம் என்ன சொல்வது?

பிரசாத் நெடுநேரம் யோசித்தான். ராத்திரிக்கு என்ன டிபன் வேண்டும் என்று கேட்ட மனைவியிடம் எரிந்து விழுந்தான். தொலைக்காட்சியைச் சத்தமாக வைத்து மேட்ச் பார்த்துக் கொண்டிருந்த மகனைத் திட்டினான். பிறகு ஒரு திட்டம் தீட்டினான்.

செந்தில் பயப்படுகிறார். அவருக்காக நானே அந்த நிறுவனத்தைத் தொடர்புகொண்டு விவரம் அறிந்துகொண்டு அவருக்குச் சொல்லப்போகிறேன். இதில் ஏதாவது பிரச்சினை வந்தால் நீதான் பார்த்துக்கொள்ள வேண்டும் என்று சொல்ல வேண்டுமென்று முடிவுசெய்தான்.

தேவாவுக்கு இது பிடிக்கவில்லை. "தேவையில்லாத வேலைல எறங்கற. இதுல பெரிய வில்லங்கம் இல்லாம போனாலும் வேற வேற காரணத்த செல்லி பணம் பிடுங்குவாங்க வார்ன் பண்ணிட்டேன். அப்புறம் உன் இஷ்டம்."

"செந்தில்நாதன் எனக்கு ரொம்ப வேண்டியவர் தேவா. அவருக்காக இந்த உதவிய நான் செஞ்சிதான் ஆகணும்."

"என்ன ஆச்சு மாலினி, இன்னிக்கு ரொம்ப நேரமா உக்காந்துருக்கீங்க?"

"அத ஏன் கேக்கறீங்க ஷங்கர்... ஒரு அசைன்மென்ட் முடிக்கணும். அது முடியாம ஜவ்வு மாதிரி இழுக்குது. என்ன பண்றதுன்னு தெரியல."

"கட்டைய எடுத்து சட்டுனு மாட்டி ஸ்க்ரூ பண்றா மாதிரிதானே உங்க அசைன்மென்ட் எல்லாம் இருக்கும். கட்ட எப்படி ஜவ்வா மாறிச்சி?"

"அட போங்கப்பா. ஜோக்கெல்லாம் கேக்கற மூட்ல இல்ல. அடுத்த மாசம் எம் பையனுக்கு டென்த் எக்ஸாம் ஆரம்பிக்குது. அவனோட ஒக்காரணும். இந்த அசைன்மென்ட்ட முடிச்சிட்டா ரெண்டு வாரம் லீவு போடலாம்னு இருக்கேன்."

"அதுல என்ன பிரச்சனன்னுதான் கேக்கறேன்."

"ட்ரெய்னீ ரெக்ரூட்மென்ட் ஸ்கீம் ஒண்ணு போயிட்டு இருக்குல்ல? அதுக்கான ஸ்ட்ராட்டஜி பிளானிங் பண்ணணும்னு வி.பி. குடுத்தாரு. போன வருஷம் பண்ணினா மாதிரி பண்ணிக் குடுத்தேன். இந்த வருஷம் பார்ட்னர்ஸ் அதிகமா சேந்துருக்காங்க, ட்ரெய்னிங் மாட்யூலும் மாறுது, ட்ரெய்னீஸ அப்சார்ப் பண்ற பாலிசிலயும் சேஞ்ச் இருக்குன்னு சொல்லி ரீவொர்க் பண்ண சொல்லிட்டான். இந்த எழவையெல்லாம் முன்னாலயே சொல்லியிருக்கக் கூடாதா சனியன் புடிச்சவன். டீடெய்ல்ஸ் கேட்டேன். பார்ட்னர்ஸ் கிட்டேந்து வந்த மெய்ல்ஸ், ஹெச்.ஆர். கம்யூனிகேஷன்ஸ் எல்லாத்தையும் அனுப்பிட்டான். இப்ப அதையெல்லாம் பாத்து டீட்டெய்ல்ஸ் எடுக்கணும். அதுதான் பேசிக் டேட்டா. அப்புறம் அதை ப்ராசஸ் பண்ணணும். அதுக்கப்புறம் ஸ்ட்ராட்டஜி அவுட்லைன் குடுக்கணும்."

"சிக்கல்தான். நீங்கள் ஒண்ணு பண்ணுங்க. டீட்டெய்ல்ஸ் எடுத்து பென்ட்ரைவ்ல எங்ககிட்ட குடுத்துருங்க. மெயில்ல அனுப்பினா ரெக்கார்ட் ஆயிடும். பென்ட்ரைவ்ல குடுங்க. நான் வீட்டுக்கு எடுத்துட்டு போய் ப்ராசஸ் பண்றேன். எடுக்க எடுக்க குடுத்துடுங்க. நான் டக்குனு முடிச்சிடுவேன். நீங்க அப்புறமா ஒரு வாரத்துல ஸ்ட்ராட்டஜி அவுட்லைன் போட்டுரலாம்."

"நெஜமாவா சொல்றீங்க ஷங்கர்? உங்களுக்கு டயம் இருக்குமா?"

“நைட்லதான் பண்ணபோறேன். ஒருவாரம் ஓடிடி பக்கம் போகாம இருந்தா போச்சு. அப்புறம் சேத்துவெச்சு பாத்துக்கலாம்.”

“தேங்ஸ் ஷங்கர்.”

“இட்ஸ் ஓகே. டீட்டெய்ல்ஸ் எடுங்க மொதல்ல.”

ஷங்கர் கிளம்பினான். “டயமாயிடிச்சே மாலினி, உங்களை டி.நகர்ல ட்ராப் பண்ணட்டுமா?”

“அஞ்சு நிமிஷம் வெயிட் பண்றீங்களா?”

“நான் வண்டிய எடுத்துட்டு மெயின் கேட் பக்கத்துல நிக்கறேன். வந்துடுங்க.”

மாலினி தனசேகரை அழைத்தாள். “நீ நேரா வீட்டுக்கு வந்துரு. என்னை என் கலீக் ட்ராப் பண்ணிடுவாரு.”

“யாரு? மாதவனா?”

“இல்ல. அவர் எப்பவோ ரிசைன் பண்ணிட்டாரு. இது ஷங்கர். நைஸ் கய்.”

“ஓ... ஃபைன்... சரி, பை...”

“வெயிட், வெயிட். லீவு போட முடியாதுன்னு சொன்னேன்ல, இப்ப போட முடியும்னு தோணுது. தேங்ஸ் டு ஷங்கர். ட்ரெய்னீ ஸ்கீம்ல அவர்தான் ஹெல்ப் பண்றாரு. சீக்கிரம் முடிச்சிடலாம்னு நெனைக்கறேன்.”

“ஓ... பரவால்லியே...”

“யா. நைஸ் கய். லேடீஸ்க்கு ஹெல்ப் பண்ணிட்டு ஏதாவது ஒரு விதத்துல அட்வான்டேஜ் எடுக்கற டைப் இல்ல. ஸோ, நோ வொரீஸ்...”

“சூப்பர் சூப்பர்... சரி வா, வீட்ல பேசிக்கலாம்... பை...”

“பை...”

○

“மூர்த்தி, ஃப்ரீயா இருக்கியா?”

“ஒர்க் போயிட்டுருக்கு சார். பரவாயில்ல சொல்லுங்க.”

“காஃபி சாப்படலாமா?”

“ஷ்யூர் சார். கான்டீனுக்கு வந்துரவா?”

“கான்டீன் வாணாம். அங்க நம்ம கம்பெனி ஆளுங்க எதிர்ல எதுவும் பேச முடியாது. நீ எதிர்க்க இருக்கற டீக்கடைக்கு வந்துரு.”

"சரி சார்."

ஷங்கர் கிளம்பினான். அந்த டீக்கடையில் மாலை அருமையான சட்னியுடன் சுடச்சுட போண்டா பஜ்ஜி வகையறாக்கள் கிடைக்கும். ஆளுக்கு ஒரு தட்டு போண்டா வாங்கிக்கொண்டு ஓரமாக வந்தார்கள். அக்கம்பக்கத்து அலுவலகங்களில் பணிபுரியும் பலரும் தத்தமது அலுவலகங்களில் டீ, காபி, நொறுக்குத் தீனி வகையறாக்கள் கிடைத்தாலும் இந்த டீக்கடைக்கு வந்து போண்டா, பஜ்ஜி, வடை என்று எதையாவது சாப்பிட்டு டீ குடிப்பது வழக்கம். ஷங்கர் ஐந்து ஆண்டுகளாக இந்தக் கடையின் வாடிக்கையாளர். நாளுக்கு நாள் கடையின் வியாபாரம் வளர்வதைப் பார்த்துவருகிறான். 'டீயும் பஜ்ஜியும் வித்தே கோடீஸ்வரனாயிருப்பான். எதையெதையோ படிச்சி கிழிச்சி நாம என்ன சம்பாரிச்சிட்டோம்' என்று நினைத்துக்கொள்வான்.

"சொல்லுங்க சார்..." என்றான் கிருஷ்ணமூர்த்தி.

"போன வாரம் கம்பெனி விஷயமா பெங்களூர் போயிருந்தல்ல?"

"ஆமா சார். ட்ராவல் ரிப்போர்ட், அக்கவுண்ட்ஸ் எல்லாம் சப்மிட் பண்ணிட்டேன்."

"பாத்தேன். ரிப்போர்ட்டை மேல அனுப்பிட்டேன். அக்கவுண்ட் ஸ்டேட்மென்ட்ல இன்னும் சைன் பண்ணல."

மூர்த்தியின் முகம் மாறியது. "ஏன் சார், ஏதாவது ப்ராப்ளமா? கணக்கெல்லாம் கரெக்டாதானே குடுத்துருந்தேன்..."

"அதுதான் ப்ராப்ளம்."

மூர்த்தி குழம்பினான். ஷங்கர் தொடர்ந்தான்.

"டூர் போயிட்டு வந்த பிறகு உன் கைல எவ்ளோ நின்னுது?"

"புரியல சார். எங் கையிலயா... ஒண்ணுமில்ல சார்."

"மூர்த்தி, நீ இந்த கம்பெனில சேந்து எவ்ளோ நாள் ஆகுது?"

"ரெண்டு வருஷம் ஆகப்போகுது சார்."

"நான் வந்து ஆறு வருஷம் ஆகுது. இந்த கம்பெனிய பத்தி உன்னவிட எனக்கு நல்லா தெரியும்."

"ஆமா சார். நீங்க சீனியர்..."

"என்ன மயிறு சீனியர்..." எப்பவும் சீட்டுல ரெண்டு ஊசிய சொருகி வெச்சிருக்கான் அந்த வி.பி. பாத்து பாத்து ஒக்கார வேண்டியிருக்கு. கொஞ்சம் அஜாக்ரதயா இருந்தாலும் குண்டி பழுத்துரும்."

அரவிந்தன்

மூர்த்தி ஒன்றும் பேசவில்லை.

"இவனுங்க கோடிக்கணக்கா சம்பாரிக்க எத்தனையோ டகால்டி வேல பண்றாங்க. பல டுபாகூர் வேலைகளுக்கு நானும் என்னப்போல நெறய சீனியர்ஸும் உடந்தை. எங்களுக்கு என்ன குடுக்கறான்? எல்லாத்தையும் அவனே உட்டுக்குறான். நமக்கு சீட்டுல ஊசிய சொருவி எப்பவும் டென்ஷன்ல வெக்கறான். இவனா எதுவும் குடுக்க மாட்டான். நாமாதான் எடுக்கணும்."

"புரியல சார்..."

காலியான தட்டை எடுத்துக்கொண்டு ஷங்கர் நடந்தான். அதைத் தொட்டியில் போட்டுவிட்டுக் கை கழுவிக்கொண்டு டீ போடும் இடத்துக்குப் போனான். மூர்த்தியும் பின்தொடர்ந்தான்.

டீ வாங்கிக்கொண்டு மறுபடியும் ஓரமாக வந்து நின்றார்கள். மூர்த்தி அடிக்கடி கண்ணாடியைச் சரிசெய்து கொண்டே ஷங்கரின் முகத்தைப் பார்த்துக்கொண்டிருந்தான்.

"கணக்கெல்லாம் கரெக்டா குடுக்க கூடாது. கம்பெனிக்காக ரெண்டு நாள் டூர் போனா நம்ம கைல ரெண்டாயிரம், மூவாயிரம் நிக்கணும். எப்டி கணக்க எழுதறதுன்னு நான் சொல்லித்தரேன். வேற ஸ்டேட்மென்ட் குடு."

"சார்... இது தப்பில்லயா சார்..."

"ஒரு மயிரும் தப்பில்ல. அவன் நம்பள தினமும் சூத்தடிக்கறான். நாம என்னிக்கோ ஒருநாள் திருப்பி அடிக்கறோம். இவனுக்கெல்லாம் இதுதான் சரி. இன்னும் கொஞ்ச நாள் போனா நீயே தெரிஞ்சிப்ப. போனவாட்டி அப்ரைசல்ல உனக்கு எவ்ளோ குடுத்தான்?"

"ஒண்ணுமேயில்ல சார். ரொம்ப கம்மி."

"பாத்தியா. நீ மாடு மாரி உழைக்கற. அவன் உன்ன குப்புற படுக்கவெச்சி சூத்தடிக்கறான். நீயும் காட்டிகினே இருப்ப. ஒருநாள் சூத்து புண்ணாயிடுச்சின்னு அழுவ. மருந்து போடறதுக்காவது பணம் வேணாமா?"

மூர்த்தி பரிதாபமாகப் பார்த்தான்.

"ரொம்ப யோசிக்காத. இந்த ஆபீஸ்ல எம்.டி. வெரிக்கும் இததான் பண்றானுங்க. எல்லாத்தையும் பாத்துட்டுதான் நான் இந்த முடிவுக்கு வந்தேன். மூவாயிரம் ரூபா உனக்கும் எனக்கும் பெருசு. கம்பெனிக்கு அது பிச்சக்காசு. நமக்கு தர வேண்டியத அவன் நியாயமா தர்ரதில்ல. நம்ம இப்டி எடத்துக்க வேண்டித்தான். நீ ஏழு மணிக்கு மேல சீட்டுக்கு வா. எப்டி கணக்கு எழுதறதுன்னு சொல்லித்தரேன்.

மூர்த்தி தயக்கத்துடன் தலையாட்டினான். ஷங்கர் பணம் கொடுப்பதற்காகக் கல்லாவுக்குச் சென்றான்.

○

சிவா எலியட்ஸ் கடற்கரை அருகே உள்ள சிறிய பழரசக் கடைக்குப் போய்ச் சேர்ந்தபோது இரவு மணி பத்து இருக்கும். கடை மூடியிருந்தாலும் கடையின் பெயர்ப் பலகை பளிச் சென்று தெரியுமளவுக்குப் பலகைமீது ஒரு விளக்கு ஒளிர்ந்து கொண்டிருந்தது. பைக்கை நிறுத்திவிட்டுக் கைப்பேசியின் கூகிள் வரைபடத்தை மூடிவிட்டு சிவா அந்தக் கடைவாசலை நெருங்கினான். மகேஷும் அவன் காதலி ஆஷாவும் கையைக் கட்டியபடி ஓரமாக நின்றிருந்தார்கள். மகேஷ் "ஏண்டா லேட்டு" என்பதுபோல ஒரு பார்வை பார்த்தான். காவல் அதிகாரியைப் பார்த்து சிவா, "ஸாரி சார், இவங்க வீட்டுக்குப் போய் டாகுமெண்ட்ஸ் கலெக்ட் பண்ணிட்டு வர லேட்டாயிடிச்சு" என்று மகேஷுக்கும் சேர்த்துப் பதில் சொன்னான். ஆஷா கையில்லாத டி-ஷர்ட்டும் கணுக்காலுக்கு மேல் ஏறிய இறுக்கமான ஜீன்ஸும் போட்டிருந்தாள். மருட்சியோடு சிவாவின் கண்களை ஒருமுறை பார்த்துவிட்டுக் கண்களைத் தாழ்த்திக்கொண்டாள்.

சிவா காவல் துறை அதிகாரியிடம் அமைதியாகவும் நிதானமாகவும் பேசினான். அதிகாரி மகேஷின் வண்டிக்கான ஆவணங்கள், அவனுடைய அடையாள அட்டை ஆகியவற்றைப் பார்வையிட்டார். சிவா அங்கே வருவதற்கு முன்பே சிவாவின் நண்பரான காவல்துறை அதிகாரி இந்த அதிகாரியை அழைத்துப் பேசிவிட்டதால் பிரச்சினை எதுவும் ஆகவில்லை.

"உங்க ஃப்ரெண்ட கூப்டுங்க" என்றார் அதிகாரி.

சிவா, மகேஷை அழைத்தான். ஆஷாவும் உடன் வந்தாள்.

"இவ்வளோ நேரத்துக்கு மேல இந்த மாதிரி எடத்துக்கு ரெண்டு பேர் மட்டும் தனியா வர்ரது சேஃப் கிடயாது. பெரிய ஆபீஸ்ல வேல பாக்கறீங்க. படிச்சிருக்கீங்க. இந்த சிம்பிள் மேட்டர் உங்களுக்குத் தெரியாதா? இங்க ஒரு மாசத்துக்கு எவ்ளோ சம்பவம் நடக்குது தெரிமா? லவர்ஸ் தனியா இருக்கணும்னு இங்க வராங்க. அவங்க தனியா வருவாங்கன்னு தெரிஞ்சே ரவுடீஸ் அவங்கள டார்கெட் பண்றாங்க. ஏதாவது ஆகியிருந்தா என்ன பண்ணியிருப்பீங்க? ஏம்மா, உனக்காவது தெரிய வாணாம்? அதுல வேற இவரு எந்த டாகுமெண்ட்டும் இல்லாம ட்ராவல் பண்றாரு. லைசன்ஸ் இல்லாம வண்டியே எடுக்கக் கூடாது. உங்க பேக்ரவுண்ட பாத்துதான் உடறேன். இனி இந்த மாதிரி பண்ணாதீங்க" என்றார்.

மகேஷும் ஆஷாவும் நன்றியோடு தலையசைத்தார்கள். மகேஷ் அதிகாரியிடம் "தேங்க் யூ சார்" என்று கை கொடுத்தான். அவர் மிடுக்கோடு கை குலுக்கிவிட்டு, "பத்ரமா போங்க" என்றார். சிவா, "தேங்க்யூ சார்" என்று கை குலுக்க முன்வந்தபோது, "நீங்க லைசன்ஸ் வெச்சிருக்கீங்களா?" என்று அதிகாரி கேட்டார். அவர் பக்கத்தில் நின்றிருந்த காவலர் மெலிதாக முறுவலிப்பதை சிவாவால் பார்க்க முடிந்தது. சிரித்துக்கொண்டே தன் பர்ஸை எடுத்து ஓட்டுநர் உரிமம், நிறுவன அடையாள அட்டை ஆகியவற்றைக் காட்டினான்.

உரிமத்தைப் பார்வையிட்டவாறே, "துரைசாமி சாரை உங்களுக்கு எப்படித் தெரியும்?" என்றார்.

"சின்ன வயசிலிருந்தே பழக்கம். நானும் அவரும் காலேஜ் ஃபுட்பால் டீம்ல ஒண்ணா விளையாடியிருக்கோம்."

"ஓ… இப்பவும் வெளயாடுவீங்களா?"

"ப்ச்… இல்ல சார். ஐ.டி. இண்டஸ்ட்ரி என்னைப் போல ஸ்போர்ட்ஸ் பர்சன்ஸையெல்லாம் காயடிச்சிடிச்சி."

அதிகாரி புன்னகை புரிந்தார். "உங்க பேர் என்ன?" என்றார்.

"சிவா."

"இதுல வேறமாரி போட்ருக்கு?"

"சிவஷங்கர்."

"இல்லியே…"

சிவா சிரித்தபடி, "சிவ ஷங்கர் பிரசாத்னு போட்டிருக்கும் சார்" என்றான்.

"போலீஸ்ல, கவர்ன்மெண்ட் டிபார்ட்மெண்ட்ல எல்லாம் பேர கேட்டா முழுசா அஃபிஷியல் பேர சொல்லுங்க. அதுதான் முறை" என்றார் அதிகாரி.

"சரி சார்."

"கெளம்புங்க. உங்க ஃப்ரெண்டை சீக்கிரமா கல்யாணம் பண்ணிக்க சொல்லுங்க."

"தேங்க்யூ சார்."

***அம்ருதா*, அக்டோபர் 2023**

9

பாகப் பிரிவினை

என்ன ஆயிற்று இவளுக்கு என்று விஸ்வநாதன் எட்டிப் பார்த்தான். மைத்ரி சட்டைப் பொத்தான்களைப் போட்டுக்கொண்டே சீப்பை எடுத்துக்கொண்டு லலிதாவிடம் போனாள். "அம்மா, தல வாரிவிடும்மா" என்றாள். "உங்கப்பாவுக்கு என்னடி ஆச்சு? நான் வேலயா இருக்கேன்ல?" என்றாள் லலிதா. மைத்ரி தானே வாரியபடி வந்து பையில் புத்தகங்களை எடுத்து வைக்கத் தொடங்கினாள். விஸ்வநாதன் இருக்கும் திசையை அவள் திரும்பிக்கூடப் பார்க்கவில்லை.

மைத்ரி தினமும் குளித்து முடித்துவிட்டுச் சீருடை அணிந்துகொண்டு சட்டையை மாட்டிக் கொண்டு அப்பாவிடம் வருவாள். விஸ்வநாதன் சீருடையைச் சரிசெய்து அவளுக்குத் தலை வாரி விடுவான். பிறகு நெற்றியில் பொட்டு வைப்பான். "சின்னதா வைங்கப்பா" என்பாள் மைத்ரி. "சின்னதா, குட்டியூண்டு வெச்சிருக்கேண்டா" என்று சொல்லி அவள் கன்னத்தில் தட்டுவான். பிறகு சமையல் அறைக்குப் போய்க் காலை உணவை எடுத்து வருவான். அதை இவன் ஊட்டிவிடும்போது அவள் பையைத் தயார் செய்துகொள்வாள். புத்தகங்கள், பென்சில், ஸ்கேல், அழி ரப்பர், சிறிய பெட்டி, தண்ணீர் பாட்டில் என எல்லாவற்றையும் ஒவ்வொன்றாக அங்குமிங்கும் போய் எடுத்து வைத்துக்கொள்வாள். விஸ்வநாதன் பின்னாலேயே போய் ஊட்டிவிடுவான். சாப்பிட்டு முடித்ததும் வாயைத் துடைத்துவிடுவான். "ஒரு வாய் தண்ணி குடிச்சிக்கோ" என்பான். அதற்குள் அவள் வாசல்

பக்கம் இருக்கும் கூடத்துக்குச் சென்று காலுறைகளைத் தேட ஆரம்பிப்பாள். விஸ்வநாதன் காலணிகளை எடுத்து வந்து மாட்டி விடுவான். பள்ளிக்கூட வண்டியின் ஒலி கேட்டதும் "பை பா, பை மா" என்று சொல்லிவிட்டு வேகமாக ஓடுவாள். விஸ்வநாதன் ஜன்னல் ஓரத்தில் போய் நின்றுகொள்வான். அங்கிருந்து பார்த்தால் பள்ளி வாகனம் தெரியும். மைத்ரி படியிலிருந்து இறங்கி வாகனத்தில் ஏறும்வரை பார்த்திருந்து கை காட்டிவிட்டு அந்த இடத்தை விட்டு நகருவான். அதன் பிறகே அவனுடைய அன்றாட வேலைகள் தொடங்கும்.

இன்று மைத்ரி தானாகவே தலை வாரிக்கொள்கிறாள். பொட்டு வைத்துவிட விஸ்வநாதன் நெருங்கியபோது அதைத் தவிர்த்துவிட்டுப் பையை எடுக்கப் போகிறாள். சமையலறைக்குப் போய்ச் சிற்றுண்டியை எடுத்து வந்ததும் ஊட்டிக்கொள்ள வாய் திறப்பதற்குப் பதில் கையில் வாங்கிக்கொண்டு சோபாவில் உட்கார்ந்து அவளே சாப்பிட ஆரம்பிக்கிறாள். காலணிகளை எடுத்து வந்தால் அவளே மாட்டிக்கொள்கிறாள். "என்னடி ஆச்சு இன்னிக்கு?" என்றபடி அவள் காலை இழுத்துக் காலணியின் கயிற்றை ஒழுங்காகக் கட்டிவிட்டான். அவள் பையை எடுத்து மாட்டிக் கொண்டு "பை மா" என்று சமையலறையைப் பார்த்துக் கத்திவிட்டு, இவனைப் பார்த்து வெறுமனே கை ஆட்டிவிட்டுக் கிளம்பிவிட்டாள்.

விஸ்வநாதன் வழக்கம்போல் ஜன்னல் ஓரம் போய் நின்றான். வாகனத்தில் ஏறியதும் இவனைப் பார்த்துச் சிரிக்கும் வழக்கம் கொண்ட மைத்ரி இன்று இவன் பக்கமே திரும்பாமல் உட்கார்ந்துகொண்டாள். விஸ்வநாதனின் மனம் குழம்பியது.

சமையலறைக்குச் சென்றான். லலிதா வேலைகளை முடித்துவிட்டுக் குளிக்கப் போயிருந்தாள். சோபாவில் உட்கார்ந்த படி யோசிக்க ஆரம்பித்தான்.

லலிதா குளித்துவிட்டு வந்ததும் அவளிடம் தன்னுடைய கவலையைப் பகிர்ந்துகொண்டான். அவள் தன்னுடைய வேலைகளைக் கவனித்தபடியே கேட்டுக்கொண்டிருந்தாள். கடைசியில், "இதுக்கா இப்படி அலட்டிக்கறீங்க? அவளுக்கு இன்னிக்கு என்னமோ மூடு மாறியிருக்கும். அவங்கவங்க வேலைய அவங்கவங்களே செஞ்சிக்கணும்னு ஸ்கூல்ல ஒருவேள சொல்லியிருப்பாங்க. உடனே பெரிய மனுஷி மாதிரி தானா எல்லாத்தயும் பண்ணிக்க ஆரம்பிச்சிருப்பா. நல்லதுதானே. நமக்கு வேல மிச்சம். அந்த நேரத்துல நீங்க எனக்கு எதாவது ஹெல்ப் பண்ணலாம்" என்றாள் சர்வ சாதாரணமாக.

“இல்ல லலிதா. இது என்னமோ வேற மாதிரி இருக்கு.”

“தேவையில்லாம இமாஜின் பண்ணாதீங்க. இந்தாங்க. இத எடுத்துண்டு போய் டேபிள் மேல வைங்க” என்று குக்கரை எடுத்துக் கொடுத்தாள். அதை வாங்கி வைத்துவிட்டுக் குளிக்கப் போனான். வழக்கமாகக் குளிக்கும்போது ஒரு கணமேனும் ஏற்படும் சிலிர்ப்பு இன்று ஏற்படவில்லை. மைத்ரியின் நடவடிக்கைகளைப் பற்றி யோசித்துக்கொண்டே குழாய்களைத் திறந்ததில் வெந்நீரின் அளவு அதிகரித்துவிட்டது. அதைச் சமனப்படுத்துவதற்கான முயற்சி எதுவும் செய்யாமல் அப்படியே குளித்து முடித்தான். உடையணிவது, சாப்பிடுவது, கிளம்புவது, லலிதாவை அவள் அலுவலகத்தில் விட்டுவிட்டுத் தன் அலுவலகத்திற்குச் செல்வது என எல்லாமே பழக்கத்தின் தடத்தில் இயந்திர இயக்கம்போல நடந்தன. லலிதா வண்டியை விட்டு இறங்கியதும் அவள் முகத்தைப் பார்த்து, “ரொம்ப அலட்டிக்காதீங்க. அவ சின்னப் பொண்ணு, ஏதாவது மூட் அவுட் ஆயிருப்பா. நான் விசாரிக்கிறேன். பாத்து பத்திரமா போங்க” என்றாள். அப்போதுஇருந்த மனநிலைக்கு அந்தச் சொற்களும் அவள் பேசிய தொனியும் விஸ்வநாதனுக்கு ஆறுதல் அளித்தன.

லலிதா சொன்னதுபோலக் குழந்தை ஏதோ சங்கடத்தில் இருக்கிறாள்; சொல்லத் தெரியாமல் தவிக்கிறாள். பள்ளிக்கூடத்தில் ஏதாவது நடந்திருக்கலாம். சீக்கிரமே தன்னிடமாவது அவள் அம்மாவிடமாவது என்ன நடந்ததென்று சொல்லிவிடுவாள். அதன் பிறகு சரியாகிவிடும். இன்னும் ஓரிரு நாட்களில் சகஜமாகிவிடுவாள். தேவையில்லாமல் மனதைப் போட்டு உளப்பிக்கொள்ள வேண்டாம் என்று விஸ்வநாதன் நினைத்துக்கொண்டான். மாலை நெருங்க நெருங்க மன இறுக்கம் குறைய ஆரம்பித்தது. பார்த்துக்கொள்ளலாம், பெரிதாக எதுவும் இருக்காது என்ற நம்பிக்கை வந்தது.

படி ஏறும்போதே லலிதாவும் மைத்ரியும் சிரித்துப் பேசிக் கொண்டிருக்கும் சத்தம் கேட்டது விஸ்வநாதனுக்குப் பெரும் நிம்மதியாக இருந்தது. அப்படியே விட்டுவிடலாம்; எதுவும் கேட்க வேண்டாம், இரண்டு மூன்று நாள் கழித்துப் பார்த்துக் கொள்ளலாம் என்று நினைத்தபடி வாசலுக்கு வந்து அழைப்பு மணியை அழுத்தினான். மைத்ரிதான் கதவைத் திறந்தாள். விஸ்வநாதன் வழக்கம்போல் அவள் கன்னத்தைத் தடவக் கை நீட்டினான். அவள் கதவைத் திறந்ததும் சட்டென்று உள்ளே ஓடிவிட்டாள். விஸ்வநாதனுக்குச் சுருக்கென்றது. ஏற்கனவே முடிவு செய்தபடி இப்போது எதுவும் கேட்க வேண்டாம், அலட்டிக்கொள்ள வேண்டாமென்று நினைத்தபடி உள்ளே வந்தான்.

மைத்ரியின் பை திறந்து கிடந்தது. புத்தகங்கள் இறைந்து கிடந்தன. காலணியை அலமாரிக்குள் வைக்காமல் வெளியே போட்டிருந்தாள். காலுறைகளைத் துவைக்கப் போடாமல் அப்படியே வைத்திருந்தாள். இதையெல்லாம் பார்த்ததும் விஸ்வநாதனுக்கு வழக்கம்போலக் கோபம் வந்தது. வழக்கம் போல, "மைத்ரி இங்க வா" என்று கோபத்துடன் அழைத்து எல்லா வற்றையும் ஒழுங்காக எடுத்துவைக்கச் சொல்லத் தோன்றியது. அடக்கிக்கொண்டான். காலணிகளைத் தானே எடுத்து வைத்து விட்டுக் காலுறைகளைத் துவைக்கும் வாளியில் போட்டான். சிதறிக் கிடந்த புத்தகங்களைச் சற்று ஒழுங்குபடுத்திவிட்டு உள்ளே சென்றான்.

குளித்துவிட்டு வந்து சிறிது நேரம் தொலைக்காட்சியைப் பார்த்துக்கொண்டிருந்துவிட்டுச் சாப்பிடச் சென்றான். மைத்ரி உணவு மேஜையில் இல்லை. "எங்க அவ" என்று கேட்டான். காலையில் பேசிய எதுவுமே நினைவில்லாதவளாக லலிதா, "உங்க லேப்டாப்ப எடுத்துண்டு பெட்ரூம்ல உக்காந்து விளையாடிண்ட்ருப்பா" என்றாள் இயல்பாக. விஸ்வநாதன் தன்னுடைய அறையை எட்டிப் பார்த்தான். லேப்டாப் அங்கேயே தான் இருந்தது. சாப்பிட உட்கார்ந்தான். லலிதாவும் சாப்பிட வந்தாள். "கொழந்த சாப்டுட்டாளா?" என்று கேட்டான். "பசிக்கலயாம். சாயங்காலம் சேன்ட்விச் சாப்ட்ருக்கா. அப்புறமா சாப்பிடறாளாம்" என்றாள் லலிதா.

இரவு சாப்பிடும்போது பக்கத்தில் மைத்ரி இல்லாமல் இருந்ததே இல்லை. லேப்டாப்பில் விளையாடிக்கொண் டிருந்தாலும் அப்பா சாப்பிட வந்ததும் லேப்டாப்பை உணவு மேஜைக்கு எடுத்து வந்துவிடுவாள். அவள் விளையாடிக் கொண்டே இருக்க, விஸ்வநாதன் ஊட்டிவிடுவான். லலிதா வந்து அதட்டுவாள். "என்னடி இது பழக்கம்? சாப்டும்போது என்ன வெளயாட்டு? மூடி வெச்சிட்டு நீயே எடுத்து சாப்புடு. நீங்க ரொம்ப செல்லம் குடுத்து அவள கெடுக்கறீங்க. வேளாவேளைக்கு ஊட்டிவிட அவ என்ன சின்னக் கொழந்தையா?" என்று சத்தம் போடுவாள். வாரத்தில் இரண்டு மூன்று நாட்களாவது இப்படி நடக்கும். மற்ற நாட்களில், "அம்மா கோச்சுப்பா. லேப்டாப்ப மூடி வெச்சிட்டு சீக்கிரம் சாப்டுட்டு போய் வெளயாடு. இல்லன்னா அம்மா லேப்டாப்ப எடுத்து பூட்டி வெச்சுடுவா" என்று மைத்ரியின் காதில் கிசுகிசுப்பான். அவளும் சமர்த்தாக உட்கார்ந்து சாப்பிட்டுவிட்டு அடுத்த நிமிடமே லேப்டாப்பை எடுத்துக்கொண்டு பெட்ரூமுக்குள் ஓடிவிடுவாள்.

விஸ்வநாதன் இயல்பு நிலையை மிகவும் விரும்பினான். "மைத்ரி, லேப்டாப் வேணாமா?" என்று படுக்கையறையைப்

பார்த்துக் குரல் கொடுத்தான். பதில் இல்லை. கொஞ்சம் சத்தமாகக் கூப்பிட்டான். பதில் இல்லை. லலிதாவைக் கலவரத்துடன் பார்த்தான். அவள் சற்றே சலிப்புடன் எழுந்து சென்று பார்த்தாள்.

“நன்னா போத்திண்டு தூங்கறா. விட்ருங்கோ. நான் அப்பறமா எழுப்பி சாப்பட வெக்கறேன். லேப்டாப்ல ஒருநாள் வெளயாடாட்டா என்ன. நல்லதுதான். இப்படியே போனா சீக்கிரமே கண்ணாடி போட்டுருவா. உங்களுக்கு அதப் பத்தி யெல்லாம் கவலயில்ல. கொழந்த சாப்டாளா, கொழந்த தூங்கினாளா, கொழந்த ஏன் இன்னிக்கி வெளயாடலன்னு கேட்டுண்டு இருப்பேள் ...” என்றாள்.

விஸ்வநாதனுக்குக் கோபம் வந்தது. அவன் அதிகம் செல்லம் கொடுப்பதாக அவள் குறைபட்டுக்கொள்வது புதிதல்ல. ஆனால் இன்று இருக்கும் சூழ்நிலையைப் புரிந்துகொள்ளாமல் பேசுகிறாளே என்று கோபம் வந்தது. கோபம் வந்ததும் சட்டென்று கத்தும் வழக்கம் அவனுக்கு இல்லை. கொஞ்ச நேரம் பேசாமல் இருந்தான். பிறகு, “லலிதா, அவ சகஜமா இல்லியோன்னு கவலயா இருக்கு. நீ என்னடான்னா என்னென்னமோ பேசற” என்றான்.

“அதெல்லாம் ஒண்ணுமில்ல. நன்னாதான் பேசி சிரிச்சிண்ட்ருந்தா. ஹோம் ஒர்க்கல்லாம் சடசடன்னு முடிச்சிட்டு வந்து காமிச்சா ...”

“லலிதா, நான் சொல்றதே உனக்குப் புரியல. அவ எங்கிட்ட மட்டும் வித்யாசமா நடந்துக்கறான்னு சொல்றேன். உனக்கு புரியலயா?”

“புரியறது. நன்னா புரியறது. நீங்க என்ன ஹிந்திலயா பேசறேள்? புரியாம என்ன. நீங்க தேவையில்லாம இமாஜின் பண்ணிக்கறேள்னு தோணறது. வளர்ற வயசுல பசங்க திடீர் திடீர்னு அப்படித்தான் இருக்கும். தானா சரியாயிடும். ரொம்ப அலட்டிக்காதீங்கோ. அவகிட்டயே போய் கேட்டு கொழந்த மனச குழப்பாதீங்கோ. சைல்ட் சைக்காலஜில முக்கியமான விஷயம் அப்சர்வேஷனும் பேஷன்ஸும்தான். கொஞ்சம் பொறுமயா இருங்கோ” என்றாள்.

விஸ்வநாதனுக்கு அவள் சொன்னது சரி என்று பட்டது. ஆனால் அவன் மனம் சமாதானமாகவில்லை; என்றாலும் அமைதியாகச் சாப்பிட்டான். பிறகு சிறிது நேரம் தொலைக்காட்சி பார்த்தான். செய்திகள், பாடல்கள், நகைச்சுவைக் காட்சிகள், ஆங்கிலத் திரைப்படங்கள் என்று அரை மணிநேரத்தில் பலவற்றை மாறிமாறிப் பார்த்துக்கொண்டிருந்துவிட்டுத் தொலைக்காட்சியை அணைத்தான். எழுந்து சென்று அதன்

பிரதான விசையையும் அணைத்துவிட்டு வந்து லேப்டாப்பைத் திறந்து சிறிது நேரம் இணைய வெளியில் உலாவினான். மனம் எதிலும் ஈடுபாடு கொள்ளவில்லை. லேப்டாப்பை மூடிவிட்டு வந்து படுத்துக்கொண்டான். அயர்ந்து தூங்கிக்கொண்டிருந்த மைத்ரியின் தலையைக் கோதிவிட்டான். மங்கிய இரவு விளக்கில் மாசற்ற அவள் முகத்தைப் பார்க்கும்போது மனம் நெகிழ்ந்தது. தன்னைப் பார்த்ததும் ஓடி வந்து கட்டிக்கொள்ளும் அவள் உற்சாகம் நினைவுக்கு வந்தது. லலிதா சொல்வதுபோல் இது இரண்டொரு நாளில் சரியாகிவிடுமென்று தனக்குத் தானே சொல்லிக்கொண்டான். குழந்தை சாப்பிடாமல் தூங்குகிறாளே என்று வருந்தினான். தூக்கத்திலிருந்து எழுப்ப மனமின்றிப் படுத்துக்கொண்டான்.

லலிதா சமையலறையை ஒழித்துவிட்டு வந்து படுத்துக் கொண்டாள். வழக்கமாகக் குழந்தைக்கு அந்தப் பக்கம் படுத்துக் கொள்பவள் இன்று விஸ்வநாதனின் அருகில் வந்து படுத்தாள். அவன் தோளில் சாய்ந்தபடி மார்பில் தட்டிக்கொடுத்தாள். விஸ்வநாதனின் கை அவள் தோள்களைத் தன்னோடு சேர்த்து அணைத்தது. கண்களில் கண்ணீர் துளிர்த்தது. லலிதா அவன் மார்பில் தன் உதடுகளைப் பதித்தாள். அவன் அவளைத் தன்மீது மேலும் இறுக்கிக்கொண்டான்.

மறுநாள் காலையும் முன்தினம்போலவே நடந்தது. மைத்ரி எழுந்து ஓவல்டின் குடித்துவிட்டுக் குளிக்கப் போனாள். தானாகவே சீருடை அணிந்துகொண்டு தலைவாரிக்கொண்டு வெளியே வந்தாள். சமையலறையில் ஒரு பெரிய கிண்ணத்தில் பிசைந்து வைத்திருந்த பருப்பு சாதத்தை எடுத்துக்கொண்டு உணவு மேஜைக்கு வந்து அமர்ந்து சாப்பிடத் தொடங்கினாள். ஓரிரு கவளங்கள் சாப்பிட்டதும் "அம்மா சிப்ஸ் போடும்மா" என்று குரல் கொடுத்தாள். "வேலையா இருக்கேன். உங்க அப்பாவ கேளுடி" என்று சத்தமாகச் சொன்னாள் லலிதா. அதைக் கேட்டு விஸ்வநாதன் எழுந்து போய் சிப்ஸ் எடுத்து வந்து கொடுத்தான். மைத்ரி அவன் முகத்தைப் பார்க்காமலேயே அதை வாங்கிக்கொண்டாள். 'என்னடி ஆச்சு உனக்கு? அப்பாகிட்ட பேச மாட்டியா?' என்று கேட்கத் துடித்தான். லலிதா சொன்னதுபோல, இரண்டு மூன்று நாட்கள் போகட்டும், குழந்தையை நெருக்கடிக்கு உள்ளாக்க வேண்டாமென்று கட்டுப்படுத்திக்கொண்டான். தன் மடியில் உட்கார்ந்து கொண்டு ஊட்டிவிடச் சொல்லி அடம்பிடிப்பவள் இப்படி இருக்கிறாள் என்றால் ஏதோ பெரிதாக நடந்திருக்க வேண்டும். அதுவும் என் விஷயத்தில் நடந்திருக்க வேண்டும். லலிதாவிடம் அவள் சாதாரணமாகத்தான் பேசுகிறாள். வெளியில்

சொல்ல முடியாமல் மனதில் ஏதோ வைத்திருக்கிறாள். அது என்னவென்று அழுத்திக் கேட்பதுகூட அவளை மேலும் மனஅழுத்தத்திற்குள் தள்ளிவிடக்கூடும். அவசரப்படக் கூடாது. லலிதா சொன்னதுபோலக் கொஞ்சம் பொறுமையாக இருக்க வேண்டும்.

மைத்ரி சாப்பிட்டு முடித்தாள். கிண்ணத்தை மேஜையிலேயே வைத்துவிட்டு எழுந்து போய்க் கை கழுவினாள். புத்தகங்களை எடுத்துப் பையில் திணித்துக் கொண்டு, தண்ணீர் பாட்டிலை எடுத்துப் பையின் பக்கவாட்டில் சொருகினாள். காலணி களை அணியத் தொடங்கியவள், இடையில் ஒருமுறைகூட அப்பாவின் முகத்தைப் பார்க்கவில்லை.

இத்தனை நாள் தனக்குத் தெரிந்த, தான் நன்கு அறிந்த, தனக்கு மிகவும் செல்லமான குழந்தை திடீரென்று வேறொரு நபராக, வளர்ந்த பெண்ணாக மாறிவிட்டதுபோல் தோன்றியது. மனம் பதைத்தாலும் வெளியில் எதையும் காட்டிக்கொள்ளாமல் விஸ்வநாதன் அவளைப் பார்த்துக்கொண்டிருந்தான்.

○

லலிதா வழக்கம்போல மாலை ஆறு மணிக்கு அலுவலகத்தி லிருந்து வீட்டுக்கு வந்துவிட்டாள். இவ்வளவு சீக்கிரமாக வர முடிகிறது என்பதால்தான் இந்த வேலையை ஒப்புக்கொண்டாள். மைத்ரி வழக்கம்போல் நான்கு மணிக்கு வந்து பக்கத்து வீட்டிலிருந்து சாவி வாங்கி வீட்டைத் திறந்து கொஞ்சம் சாம்பார் சாதம் சாப்பிட்டுவிட்டுக் கொஞ்சநேரம் தொலைக்காட்சி பார்த்துக்கொண்டிருந்துவிட்டுப் படுத்துக்கொண்டாள். வழக்கமாக லலிதா வந்து அவளை எழுப்பி ஓவல்டின் கலந்து கொடுப்பாள். மைத்ரி அதைக் குடித்துவிட்டு விளையாடப் போவாள்.

மைத்ரி தொலைக்காட்சியில் ஏதோ பார்த்தபடி ஓவல்டின் குடித்துக்கொண்டிருந்தாள். "அம்மா, பிஸ்கெட் வேணும்" என்றாள். லலிதா சிறிய தட்டில் நான்கு பிஸ்கெட்களைப் போட்டு எடுத்து வந்து கொடுத்துவிட்டுப் பக்கத்தில் உட்கார்ந்து மைத்ரியின் தலையைக் கோதினாள். மைத்ரி அம்மாவின் மீது சாய்ந்து உட்கார்ந்துகொண்டு பிஸ்கெட்டைச் சாப்பிட்டபடி ஓவல்டின் குடித்தாள்.

சிறிது நேரம் கழித்து லலிதா, "என்னடி ரெண்டு நாளா மூஞ்சிய தூக்கிவெச்சிண்ட்ருக்க? என்ன ஆச்சு?" என்று கேட்டாள்.

மைத்ரி சட்டென்று எழுந்தாள். "நானா? இல்லயே..." என்றாள்.

“நாந்தாம் பாக்கறன. ரெண்டு நாளா அப்பா கிட்ட பேசறதில்ல. சாதம் ஊட்டிக்கறதில்ல. நீயே ட்ரெஸ் பண்ணிக்கற, நீயே ஷூ மாட்டிக்கற, அப்பாவோட லேப்டாப்ப தொட மாட்டேங்கற… பாத்துண்டுதானே இருக்கேன்.”

மைத்ரி அம்மாவை நேராகப் பார்த்தாள். லலிதா தொலைக் காட்சியை அணைத்தாள். அப்போது இரண்டாவது மாடி யிலிருந்து யாரோ வேகமாக இறங்கி வரும் சத்தம் கேட்டது. அந்தக் காலடிச் சத்தம் இவர்கள் வீட்டு வாசலில் வந்து நின்றது. லேசாகத் திறந்திருந்த கதவு வழியே ஒரு முகம் எட்டிப் பார்த்தது. பிரபு. “மைத்ரி, ஷட்டில் வெளயாடப் போறோம். வரியா?” என்றான். “ஓவல்டின் குடிச்சிட்டு வரேன்” என்றாள் மைத்ரி. “நான் வெயிட் பண்றேன்” என்றபடி பிரபு உள்ளே வந்தான். “ஹாய் ஆன்ட்டி” என்றான். “நீ போடா. அவ ஓவல்டின் குடிச்சிட்டு, எனக்கு ஒரு வேல இருக்கு. அத செஞ்சிட்டு வருவா” என்றாள். “ஓகே ஆன்ட்டி” என்றபடி பிரபு கிளம்பினான். லலிதா எழுந்து போய்க் கதவைச் சாத்திவிட்டு வந்தாள். பிரபு தடதடவெனப் படியிறங்கும் சத்தம் மூடிய கதவைத் தாண்டிக் கேட்டது.

“சொல்லுடி, என்ன ஆச்சு” என்றாள் லலிதா.

மைத்ரி தன் உருண்டை விழிகளால் அம்மாவைப் பார்த்தாள். “அம்மா, ஐ வோக் அப் யேலி லாஸ்ட் சண்டே, ஞாபகம் இருக்கா” என்றாள்.

“யேலியா… ஒம்போது மணிக்கு… ஆமாம், சொல்லு”

“நீகொடதான் அன்னிக்கு லேட்டா எழுந்த…”

“ஆமாம் சொல்லுடி…”

“அப்பா ஹேட் கான் ஃபார் டென்னிஸ். நா எழுந்து ஸ்டார்ட்டட் ப்லேயிங் இன் லேப்டாப். நீகூட சத்தம் போட்டியே…”

“ஞாபகம் இருக்கு, சொல்லுடி…”

“பாட்டி வீட்டுக்குப் போகணும், சீக்கிரம் கிளம்புன்னு சொன்னியே…”

“ஆமாம்…”

“ஐ கேம் பேக் லேட். சீக்கிரமா கொண்டுவிடறது தானேப்பான்னு நீகூட தாத்தா கிட்ட சொன்னியே…”

“விஷயத்த சொல்லுடி. என்னமோ சினிமா பாத்துட்டு வந்தா மாரி சீன் பை சீனா சொல்ற…”

“இரும்மா சொல்றேன். நா வரதுக்குள்ள அப்பா தூங்கிட்டா. நீயும் சீக்கிரம் தூங்க போயிட்ட. நாளைக்கு மண்டே, நீயும் வந்து படுன்னு சொன்ன. ஐ ஸ்லெப்ட் வெல் இன் த நூன்மா, கொஞ்ச நேரம் விளையாடிட்டு வரேன்னு சொன்னேன். சீக்கிரம் வான்னு சொல்லிட்டு நீ போய்ட்ட...”

லலிதா பொறுமையிழந்தாள். ஆனாலும் அவசரப்பட்டால் விஷயத்தைக் கறக்க முடியாது என்று பேசாமல் இருந்தாள். தான் தூங்கிய பிறகு என்ன நடந்தது என்ற கேள்வி அவளுள் எழுந்து கலவரப்படுத்தியது.

மைத்ரி சில விநாடிகள் பேசாமல் அம்மாவின் முகத்தையே பார்த்துக்கொண்டிருந்தாள். லலிதாவால் பரபரப்பைத் தாங்க முடியவில்லை. இதயம் வேகமாக அடித்துக்கொண்டது. நாக்கு உலர்ந்தது. தண்ணீர் அருகிலேயே இருந்தும் அதை எடுத்துக் குடிக்கத் தோன்றாமல் தன் குழந்தை சொல்லப்போகும் அந்தச் செய்திக்காகக் காத்திருந்தாள்.

“அம்மா...” என்றாள் மைத்ரி. அவள் குரல் தணிந்திருந்தது. லலிதா அவளையே வைத்த கண் வாங்காமல் பார்த்தாள்.

“அப்பா லேப்டாப்பை ஷட் டவுன் பண்ணல. இட் வாஸ் இன் ஸ்லீப் மோட். நா மவுச கிளிக் பண்ணினேன். பாஸ்வேர்ட் கேட்டுது. ஐ டைப்ட் *Maitri* ஆஸ் யூஷுவல். க்ரோம் ஓபனா இருந்துது. அத பாத்து பயந்துட்டம்மா... ஐ வாஸ் டெரிப்லி ஷாக்ட்” மைத்ரியின் குரல் கம்மியது. லலிதாவுக்குப் படபடப்பு கூடியது.

“என்னடி இருந்துது?”

“எப்படிம்மா சொல்றது? டூ பேட்மா. டூ வல்கர்மா. டூ வல்கர். எனக்கு வயித்த கலக்கிடுத்தும்மா. சட்டுனு மூடிட்டேன். அழுகயா வந்துது...” என்று சொல்லும்போது அவள் கண்களில் நீர் வழிந்தது. லலிதாவின் மனம் கொதித்தது. குழந்தையைத் தன்னோடு சேர்த்து அணைத்துக்கொண்டாள்.

“அப்புறம் ஐ குட்ன்ட் ஸ்லீப்மா. அதுக்கப்புறம் அப்பாகிட்ட பேசவே புடிக்கலம்மா. அப்பா கிட்ட வந்தாலே அந்த சீன்தான் ஞாபகம் வருதும்மா” என்று அழுதாள்.

லலிதா குழந்தையை நெடுநேரம் தன் அரவணைப்பில் வைத்துக்கொண்டு தட்டிக்கொடுத்தபடி ஆறுதல்படுத்தினாள். ‘இந்த மனுஷனுக்கு ஏன் இப்படி புத்தி போகுது? பொண் கொழந்த இருக்கற வீட்டுல பண்ற காரியமா இது? அப்படியே பண்ணினாலும் அதை சரியா மறைக்கத் தெரிய வேணாம்?

அப்படி என்ன கேர்லஸ்னெஸ்… அப்படி என்ன சபலம்… சீ…' என்று மனதுக்குள் பொங்கினாள்.

சிறிது நேரம் கழித்து மைத்ரியின் கண்களைத் துடைத்து விட்டு, "இங்க பாருடா செல்லம். அப்பா ஏதோ அந்த மாதிரி பண்ணிட்டா. நீ இதயே நெனச்சிண்ட்ருக்காத" என்றாள்.

"கான்ட் ஃபர்கெட்மா…"

"இது ஏதோ ஆக்ஸிடென்ட்டுன்னு நெனச்சிக்கோ. அப்பா கிட்ட நா பேசிக்கறேன்."

"நா சொன்னேன்னு சொல்லாதம்மா. நீ பாத்ததா சொல்லு."

"அப்படித்தாண்டா சொல்லப்போறேன். என் செல்லம்…" என்று அவளைக் கட்டியணைத்துக் கன்னத்தில் முத்தமிட்டாள்.

"நீ இத மனசுல வெச்சிண்டு பேசாம இருக்காதடி. அப்பாக்கு உன்ன ரொம்ப பிடிக்கும். நீ பேசாம இருந்தா ரொம்ப அப்செட் ஆயிடுவார். அவரை நான் பாத்துக்கறேன். நீ வழக்கம்போல பேசு. வெளயாடு" என்றாள்.

மைத்ரி பதில் சொல்லாமல் அம்மாவைப் பார்த்தாள்.

"ட்ரை பண்றம்மா" என்றாள். "லேப்டாப்பை ஓபன் பண்ணவே பயமா இருக்கும்மா. ஐம் ஸ்கேர்ட்."

"கொஞ்ச நாள் கழிச்சா எல்லாம் சரியாயிடுண்டா. நீ கவலப்படாத."

மைத்ரியின் கண்களில் சட்டென்று ஒரு வெளிச்சம் தோன்றியது. "அம்மா, ஒரு ஐடியா" என்றாள். லலிதா சற்றே வியப்புடன் அவளைப் பார்த்தாள். "லேப்டாப்ல ரெண்டு ஃப்லாட் பார்ம் கிரியேட் பண்ணிடலாம். சிக்ஸ்த்லயே கம்ப்யூட்டர் மிஸ் சொல்லித்தந்துருக்காங்க. ரெண்டு ப்லாட்ஃபார்ம், ரெண்டு பாஸ்வேர்ட். ஒன் மினிட்ல ஸ்லீப் மோட். எப்டி ஐடியா?" என்றாள். கொஞ்ச நேரத்திற்கு முன் அழுத குழந்தையா இது என்று வியந்தாள் லலிதா.

"சரி, நீ போய் விளையாடிட்டு வா, நான் டிபன் பண்றேன்."

லலிதாவும் மைத்ரியும் விஸ்வநாதன் வருவதற்குள் சாப்பிட்டுவிட்டார்கள். விஸ்வநாதன் சாப்பிட்டுக்கொண்டிருக்கும்போது மைத்ரி லேப்டாப்பை எடுத்தாள். அதைப் பார்த்து விஸ்வநாதன் மகிழ்ச்சி அடைந்தான். லலிதா சொன்னதைப் போல இரண்டே நாட்களில் மைத்ரி இயல்பாகிவிட்டாள்.

என்ன ஆயிற்று என்று பிறகு கேட்டுக்கொள்வோம் என்று நினைத்துக்கொண்டான்.

விஸ்வநாதன் சாப்பிட்டு முடித்ததும் மைத்ரி லேப்டாப்பைக் கொண்டுவந்தாள். அப்பாவின் முகத்தைப் பார்த்தாள். விஸ்வநாதனுக்கு மனம் பொங்கியது. "சொல்லுடா" என்றான் வாஞ்சையுடன். "லேப்டாப்ல தனித்தனி ப்லாட்ஃபார்ம்ஸ் க்ரியேட் பண்ணியிருக்கம்பா. உங்க ப்லாட்ஃபார்ம்க்கு பாஸ்வேர்ட் போடுங்க" என்றாள்.

"எதுக்குடா?" என்றான் விஸ்வநாதன்.

"மல்ட்டிப்ல் யூசர்ஸ் இருக்கும்போது அதுதான் கன்வீனியன்ட். கம்ப்யூட்டர் மிஸ் சொன்னாங்க."

"பழைய பாஸ்வேர்டே போடு..."

"யு ஷுட் நாட் யூஸ் த ஓல்ட் பாஸ்வேர்ட் வென் யூ ஸ்ப்லிட்பா" என்றாள்.

"இதுவும் உங்க மிஸ் சொன்னாளா?"

மைத்ரி தலையாட்டினாள். உதட்டில் சிறு புன்னகை எட்டிப் பார்த்தது.

APPA என்றும் *MAITRI* என்றும் இரண்டு தளங்களைக் கணினித் திரை காட்டியது. புன்னகையுடன் அதில் முதலாவதைத் தேர்ந்தெடுத்துக் கடவுச் சொல்லை அடித்தான். மைத்ரி அதைப் பார்க்காத வண்ணம் முகத்தை மறுபுறம் திருப்பிக் கொண்டாள்.

அகழ் இணைய இதழ், அக்டோபர் 2023

10

பாவ மன்னிப்பு

"இதுக்கு மேல வண்டி போவாது சார்" என்றார் ஆட்டோ ஓட்டுநர். பின்னிருக்கையின் பக்கவாட்டில் தொங்கும் மழைத் திரையை விலக்கி வெளியே எட்டிப் பார்த்தபோது அவர் சொன்னதிலுள்ள யதார்த்தம் முழுமையாக உறைத்தது. ஒரு குளத்தினுள் ஆட்டோ நின்றுகொண் டிருந்தது. அரை வெளிச்சத்தில் எங்கு பார்த்தாலும் தண்ணீர் நிரம்பியிருப்பது தெரிந்தது. எப்படி இறங்குவதென்று தெரியவில்லை. எனக்கு வலது பக்கம் உட்கார்ந்திருந்த பாஸ்கரன் கம்பிக்கு மேல் காலைத் தூக்கி அந்தப் பக்கம் இறங்கிக்கொண்டார். "பாத்து போங்கண்ணே. வீட்டுக்குப் போனதும் போன் பண்ணுங்க" என்றவாறு குடையை விரித்தார். உள்ளே உட்கார்ந்திருக்கும்போதே மழை முகத்தில் அறைந்தது. "சீக்கிரம் எறங்குங்க சார், இன்னுங் கொஞ்ச நேரம் போனா ஆட்டோவே முழுவிடும்" என்று ஓட்டுநர் அவசரப்படுத்தினார். பேசியதற்கு மேல் 20 ரூபாயைக் கொடுத்து விட்டுக் கவனமாகக் காலை எடுத்துத் தரையில் வைத்தேன். முழங்கால்வரை தண்ணீருக்குள் மூழ்கியது. மழைக் கால்சட்டையையும் அதற்குள் இருந்த கால்சட்டையையும் மீறித் தண்ணீரின் குளிர்ச்சி கால்களைத் தழுவிக்கொண்டது. முகத்தில் வீசிய மழை மழைக்கோட்டைத் தாண்டி உள்ளே இறங்கியதில் குளிர ஆரம்பித்தது. கைகளை மார்புக்குக் குறுக்கே கட்டியபடி நடக்க ஆரம்பித்தேன். முழங்காலளவு நிரம்பியிருந்த நீரினுடே மெதுவாகத்தான் நடக்க முடிந்தது. மேடு பள்ளங்களை உத்தேசித்துக் கவனமாக அடியெடுத்து

வைத்தேன். எனக்கு முன்னும் பின்னும் ஒரு சிலர் இதேபோல மெல்ல முன்னேறிக்கொண்டிருந்தார்கள். அரங்கநாதன் சுரங்கப் பாதை கிட்டத்தட்ட மூழ்கிவிட்டிருந்தது. மழை வலுத்துக் கொண்டேவந்தது. தெரு விளக்குகள் எரிந்துகொண்டிருந்தாலும் மழைத் தாரைகள் திரையிட்டதில் பார்வை மங்கியது. இரண்டு நிமிடங்களில் கடக்கக்கூடிய தொலைவைப் பத்து நிமிடங்களில் கடந்தேன். இரண்டு கட்டிடங்களில் 86 வீடுகளைக் கொண்டிருந்த எங்கள் அடுக்ககத்தை அடையும்போது மின் தொடர்பு அற்றுப் போயிருந்தது. மின்தூக்கி வேலை செய்யவில்லை. என்னுடைய வீடு ஆறாவது மாடியில். படிக்கட்டில் சிறிது நேரம் உட்கார்ந்து ஆசுவாசப்படுத்திக்கொண்டேன். குளிரும் கால்வலியும் சற்றுக் குறைந்ததும் ஆழமாக இருமுறை மூச்சை இழுத்து விட்டுவிட்டுப் படியேறத் தொடங்கினேன். வழியில் என்னைத் தாண்டிச் சென்ற கணேசனிடம், "ஜெனரேட்டர்கூட வேல செய்யலயா?" என்று கேட்டேன்.

"ஜெனரேட்டர் ரூமுக்குள்ள தண்ணி சார். சுத்தமா அவுட்டு. மழையெல்லாம் முடிஞ்சப்பறம்தான் ரிப்பேர் பண்ண முடியும்" என்றபடி வேகமாக ஏறினார். அவர் வீடு ஏழாவது மாடியில். அடுக்ககத்தின் தரைத்தளத்திலும் கிட்டத்தட்ட முட்டியளவிற்குத் தண்ணீர் நிரம்பியிருந்தது அப்போதுதான் நினைவுக்கு வந்தது.

என்னைப் பார்த்ததும் வீட்டில் அனைவருக்கும் ஆசுவாசம் ஏற்பட்டது. மதியம் தொடங்கிய மழை கொஞ்சம் கொஞ்சமாக வலுத்து உக்கிர நிலையை அடைந்திருந்தது. பல நாள் கோபத்தைக் கொட்டித் தீர்ப்பதுபோல வானம் வெடித்துக்கொண்டி ருந்தது.இன்னும் பத்து நிமிடங்கள் தாமதமாகக் கிளம்பியிருந்தாலும் நான் வீடு வந்து சேர்ந்திருப்பது சந்தேகம்தான். இன்வர்ட்டரின் தயவில் இரண்டு அறைகளில் மட்டும் விளக்குகள் எரிந்து கொண்டிருந்தன. நான் உடைகளை மாற்றிக்கொண்டு வரும்போது உணவறைக்குப் பக்கத்திலிருந்த குளியலறையில் பவித்ரா வாளிகளில் தண்ணீர் நிரப்பிக் கொண்டிருந்தாள். பையனும் பெண்ணும் படுக்கையறைகளின் குளியலறைகளில் அதே வேலையைச் செய்துகொண்டிருந்தார்கள். என் கண்ணில் தெரிந்த கேள்வியைப் புரிந்துகொண்ட பவித்ரா, "காலைல மோட்டார் வேல செய்யுமான்னு சொல்ல முடியாது" என்றாள். அவளுடைய தொலைநோக்கைப் புன்னகையாலும் தலையசைப்பாலும் பாராட்டியபடி சமையலறைக்குச் சென்றேன். குளியலறையில் வேலையை முடித்துவிட்டு வந்த விக்ரமனைப் பார்த்து, "கண்டிப்பா ரெண்டு நாள் லீவு. ஒனக்கு ஜாலிதானே" என்றேன். அவன் முகத்தில் புன்னகை மலர்ந்தது.

கரும் போர்வையொன்று வெளியை மூடியிருந்தது. அரங்கநாதன் சுரங்கப்பாதை கண்ணுக்குத் தெரியவில்லை. மழை கொட்டுவதைக் கேட்கத்தான் முடிந்தது. தொலை தூரத்தில் உஸ்மான் சாலை போத்தீஸ் விற்பனையகத்தின் உச்சியில் எரியும் விளக்கு மட்டுமே மங்கலாகத் தெரிந்தது. ரயில் சத்தம் கேட்கவில்லை. வாகனங்கள் ஓடவில்லை. தொலைக்காட்சி இயங்கவில்லை. மழையின் சத்தம் மட்டுமே எங்கும் நிறைந்திருந்தது. இது எப்போது நிற்குமென்று சொல்லவே முடியாதென்று தோன்றியது. சற்றுத் தாமதமாகியிருந்தாலும் உயிருக்கே ஆபத்து உண்டாகியிருக்கலாம் என்பது உறைத்தது. சன்னல் வழியே தெரிந்த இருட்டையே வெறித்துப் பார்த்துக்கொண்டிருந்தேன். இன்னும் பல ஆயிரம் பேர் – சில லட்சங்களாகவும் இருக்கலாம் – இன்னும் வீடு வந்து சேர்ந்திருக்க மாட்டார்கள். அவர்கள் கதி என்ன, தாழ்வான பகுதிகளிலுள்ள வீடுகளும் குடிசைகளின் கதி என்ன, எத்தனை வாகனங்கள் இந்நேரம் மூழ்கியிருக்கும் என்றெல்லாம் தோன்றியதில் மனதிலும் இருள் சூழ்ந்தது. கைப்பேசியை எடுத்து பாஸ்கரனை அழைத்தேன். தொடர்பு கிடைக்கவில்லை. கைப்பேசியின் மின்னேற்றம் குறைவாக இருந்ததைக் கவனித்தேன். மின்சாரம் இல்லாதபோது இரண்டு அறைகளில் மின்விசிறியும் விளக்கும் மட்டுமே வேலை செய்யும்.

கைப்பேசியை சார்ஜ் செய்ய முடியாது. அடிக்கும் மழையைப் பார்க்கையில் இன்னும் இரண்டு நாட்களுக்கு மின்சாரம் வர வாய்ப்பில்லை என்பது தெளிவாகப் புரிந்தது. இன்வர்ட்டர் ஒரு நாளுக்கு மேல் தாங்காது. கைப்பேசியை மின் சேமிப்பு நிலையில் போட்டுவிட்டுச் சாப்பிட ஆரம்பித்தேன். மழையின் ஓசை வலுத்துக்கொண்டேவந்தது.

❍

காலையில் எழுந்ததும் சன்னல் வழியாக வெளியில் பார்த்தேன். அரங்கநாதன் சுரங்கப்பாதை முழுமையாக மூழ்கியிருந்தது. அருகில் இருந்த இருப்புப் பாதையின் தண்டவாளங்கள் கண்ணுக்குத் தெரியவில்லை. அடுக்ககத்தின் தரைத்தளம் முழுவதும் தண்ணீர் புகுந்துவிட்டிருந்தது. மின்சாரம் இப்போதைக்கு வருமென்று எதிர்பார்க்க முடியாது. கைப்பேசி அணைந்திருந்தது. பாஸ்கரன் வீடு எந்த நிலையில் இருக்கிறது என்று தெரியவில்லை. தரைத் தளங்களில் வசிக்கும் முரளி உள்ளிட்ட பல நண்பர்களும் உறவினர்களும் நினைவில் வந்து போனார்கள். அலுவலகத்தின் தரைத்தளம் பற்றிய எண்ணம் வந்தது. அசோக்நகர், மாம்பலம், நுங்கம்பாக்கம், வேளச்சேரி, ரங்கராஜபுரம், கோடம்பாக்கம், ராமாபுரம், மணப்பாக்கம் போன்ற தாழ்வான பகுதிகள் எல்லாம் நினைவுக்கு வந்தன. திருவான்மியூரிலிருந்து மணலிவரை நீளும்

கடலோரப் பகுதிகள் நினைவுக்கு வந்தன. கூவம், அடையாறு நதிகளை ஒட்டியுள்ள இடங்கள் மனதில் தோன்றின.

நானறிந்தவரை இதுபோன்ற மழை,வெள்ளத்தைச் சென்னை பார்த்ததில்லை. எழுபதுகளின் இறுதியில் கடும் வெள்ளம் வந்தது. அப்போது முதலமைச்சராக இருந்த எம்ஜிஆரே இடம் பெயர வேண்டியிருந்தது. அதுகூட இதோடு ஒப்பிடுகையில் குறைவுதான். அதன் பிறகு தொண்ணூறுகளின் நடுவில் ஒரு முறையும் 2005 வாக்கில் ஒரு முறையும் பெருமழை சென்னையைக் குறிவைத்தாலும் இதுபோன்ற மழை பெய்ததே இல்லை என்பதை என் அனுபவத்தில் சொல்ல முடியும். வடக்குப் பக்கச் சன்னல் வழியாக மேற்கு மாம்பலத்தை நோக்கிச் செல்லும் சாலையைப் பார்க்கும்போது இந்த வெள்ளம் மழையால் மட்டும் வந்ததல்ல என்று புரிந்தது. செம்பரம்பாக்கம் ஏரியைத் திறந்துவிட்டிருப்பார்கள். அப்படியானால் மேற்குப் பகுதியில் உள்ளவர்களின் கதி?

அச்சம் உறைந்த மனநிலையுடன் கதவைத் திறந்து எங்கள் வீட்டுக்கு எதிர்வீட்டுக் கதவைத் தட்டினேன். பெரியவர் தட்சிணாமூர்த்தி கதவைத் திறந்தார். அவர் முகத்திலும் கவலை அப்பியிருந்தது. அவருடைய கைப்பேசி காலைவரை இயங்கியதால் அவர் சில தகவல்களைச் சேகரித்திருந்தார். செம்பரம்பாக்கம் ஏரியை முன்னறிவிப்பு ஏதுமில்லாமல் திறந்துவிட்டார்கள். மணப்பாக்கம் முதல் அடையாறுவரை சகல பகுதிகளும் மிதக்கின்றன. மக்கள் போக்கிடமின்றித் தவிக்கிறார்கள். அரசின் மீட்புப் பணிக் குழுவினர் இன்னும் பல இடங்களுக்குப் போகவேயில்லை. தனிநபர்கள் படகு அல்லது அதுபோன்ற ஏதோ ஒன்றை வைத்துத் தங்களால் முடிந்தவரை மக்களைக் காப்பாற்றிவருகிறார்கள். பள்ளிக்கூடங்கள், திருமண மண்டபங்கள், கல்லூரிகள் முதலான இடங்கள் அடைக்கலம் தேடி வருபவர்களால் நிரம்பி வழிகின்றன. என்ன நடக்கப் போகிறது என்றே தெரியவில்லை.

அவருடைய உறவினர்கள் பத்திரமாக இருக்கிறார்களா என்று விசாரித்துவிட்டு வீட்டுக்குத் திரும்பி வந்தேன். என் கவலை பல மடங்கு அதிகரித்தது. வீட்டில் யாரும் இன்னும் எழுந்திருக்கவில்லை. காப்பி போடலாம் என்று போனேன். எரிவாயு அடுப்பு வேலை செய்யவில்லை. அடுக்ககத்தின் தரைத்தளத்திலிருந்தே ஒவ்வொரு வீட்டுக்கான எரிவாயு வழங்கப்படுகிறது. தரைத்தளம் குளமாகியிருக்கும்போது இணைப்புக் கிடைக்க வாய்ப்பில்லை என்பது உறைத்தது. காப்பி சாப்பிட முடியாதென்பதும் மனதின் வெறுமையைக் கூட்டியது. மீண்டும் வெளியே வந்து நின்றேன். பக்கத்து வீட்டுக்காரர்

மணி படியேறிச் செல்வதைப் பார்த்தேன். எங்கே போகிறாரென்று விசாரித்தேன். மொட்டை மாடியில் பலரும் இருப்பதாகச் சொல்லிவிட்டுச் சென்றார். நானும் மொட்டை மாடிக்குப் போனேன்.

எட்டாவது தளத்தில் இருக்கும் மொட்டை மாடியிலிருந்து பார்த்த காட்சிகளும் அடுக்ககத்தின் சக குடியிருப்பாளர்கள் சொன்ன கதைகளும் உறையவைத்தன. எங்கள் வளாகத்தில் இரண்டு கட்டிடங்கள். முன்பக்கக் கட்டிடத்தின் மொட்டை மாடியிலும் ஆட்கள் குவிந்திருந்தார்கள். அந்தக் கூட்டத்தில் பாமா தட்டுப்பட்டாள். அவளைப் பார்த்துக் கை தட்டினேன். சில முயற்சிகளுக்குப் பின் திரும்பிப் பார்த்தாள். அவள் அக்காவும் அக்காவின் கணவரும் பத்திரமாக இருக்கிறார்களா என்று சத்தம் போட்டுக் கேட்டேன். அவள் சொன்னது என் காதில் சரியாக விழவில்லை. ஆனால் பத்திரம் என்பது மட்டும் அவள் முக பாவத்தில் புரிந்தது. நேற்று மழை தொடங்கியதிலிருந்து கேட்ட முதல் நல்ல செய்தி இது.

அடுக்ககத்திலுள்ள வீடுகளுக்கான அடிப்படைத் தேவைகளுக்கான ஏற்பாடுகள் வேகமாக நடந்தன. எல்லாக் குழுக்களிலும் இதுபோன்ற வேலைகளைத் தலைமேல் போட்டுக்கொண்டு செய்யச் சிலர் இருப்பார்கள். எங்கள் அடுக்ககத்திலும் இருந்தார்கள். ஒவ்வொரு தளத்தின் தாழ்வாரத்திலும் ஒரு எரிவாயு அடுப்பும் எரிவாயு சிலிண்டரும் வைக்க ஏற்பாடு செய்யப்பட்டது. ஒவ்வொரு தளத்திலுமுள்ள ஆறு வீடுகள் அந்த அடுப்பைப் பயன்படுத்திக் குறைந்தபச்ச உணவுத் தேவைகளைப் பூர்த்தி செய்துகொள்ளலாம். மதியத்திற்கு மேல் மழை சற்று ஓய்ந்த பிறகு இளைஞர்களும் சிறுவர்களும் சேர்ந்து தரைத்தளத்திலுள்ள தண்ணீரை வெளியேற்றும் முயற்சியில் ஈடுபட்டார்கள். என்னால் ஆறு மாடிகள் ஏறி இறங்க முடியாது என்பதால் நான் அந்த வேலையில் ஈடுபட வில்லை. என் பெண்ணும் பையனும் உற்சாகமாகக் களமிறங்கினார்கள். சிறுவர்கள் அனைவரும் விளையாட்டுப் போட்டிபோலக் கருதி இதில் ஈடுபட்டார்கள். ஊரெங்கும் தண்ணீர் சூழ்ந்திருக்கையில் இங்கிருக்கும் தண்ணீரை முற்றிலுமாக வெளியேற்றுவது சாத்தியமில்லை என்றாலும் மோட்டார் அறை, ஜெனரேட்டர் அறை, எரிவாயுப் பகுதி ஆகியவற்றை யாவது சரிப்படுத்தும் முயற்சியில் இறங்கினார்கள். வீடுகளின் அடிப்படைத் தேவைகளுக்கான தண்ணீர் எட்டாவது மாடியிலிருந்த மாபெரும் நீர்த் தேக்கத் தொட்டிகளிலிருந்து வாளிகள், குடங்கள் மூலமாகக் கொண்டுவரப்பட்டன. பாதுகாப்புப் பணியாளர்களுக்கான அறையில் ஒரே ஒரு

இடத்தில் மட்டும் மின் தொடர்பு இன்வர்ட்டர் தயவால் ஓட்டிக்கொண்டிருந்தது. ஆளுக்குப் பதினைந்து நிமிடங்கள் என்ற கணக்கில் ஒரு வீட்டிற்கு ஒரு கைப்பேசிக்கு உயிரூட்டிக் கொள்ள ஏற்பாடானது. இதைக் கேள்விப்பட்டதும் என் கைப்பேசியை என் பெண்ணிடம் கொடுத்தனுப்பினேன். நான்கு மணி நேரத்திற்குப் பிறகு 15 நிமிடம் சார்ஜ் செய்ய முடிந்தது. கைப்பேசி வந்ததும் அவசர அவசரமாகச் சரவணனை அழைத்தேன். அவன் நாளிதழ் ஒன்றில் செய்தியாளராக வேலை பார்க்கிறான். முதலில் அவனுடைய பாதுகாப்பைப் பற்றிக் கேட்டுவிட்டு பிறகு ஊர் நிலவரத்தை விசாரித்தேன். கொட்டித் தீர்த்துவிட்டான்.

சென்னை முழுவதும், குறிப்பாகத் தாழ்ந்த பகுதிகளில் மக்கள் படும் துயரங்களையும் உயிரிழப்புகளையும் போதிய மீட்புப் பணிகளைச் செய்ய முடியாத நிலையையும் சொல்லிப் பொறுமினான். ஏழை எளிய மக்களின் நிலை மட்டுமின்றி நடுத்தர வர்க்கத்து மக்களும் வசதிபடைத்தவர்களும்கூடச் சிக்கிக்கொண்டதை விவரித்தான். செம்பரம்பாக்கம் ஏரியைத் திறப்பது தொடர்பாக அரசு எடுத்த முடிவைக் கடுமையாக விமர்சித்தான். கேட்கக் கேட்க மனம் பதறியது. கூடவே மின்னேற்றம் தீர்ந்துபோய் எப்போது அழைப்பு துண்டிக்கப் படுமோ என்றும் கவலைப்பட்டுக்கொண்டிருந்தேன். நினைத்தது போலவே ஆயிற்று. கைப்பேசியை மேசையில் போட்டுவிட்டு நாற்காலியில் சாய்ந்தபடி கண்களை மூடிக்கொண்டேன்.

சூழ்ந்திருக்கும் துயரின் கனம் மனதை அழுத்தியது. மாடியில் பாதுகாப்பாக அமர்ந்திருக்கும் என்னைப் போன்றவர் களையும் தரைத்தளங்களிலும் தாழ்ந்த பகுதிகளிலும் இருப்பவர்களையும் எண்ணிப்பார்த்தேன். மழை, வெள்ளத்தைத் திட்டமிட்டெல்லாம் நான் ஆறாவது மாடிக்குக் குடிபுகவில்லை. என் நெருங்கிய நண்பனும் உறவினருமான பாலகிருஷ்ணனின் வீடு இது. எனக்குக் கிடைத்திருக்கும் இந்தப் பாதுகாப்பு தற்செயலானது. அது குறித்துப் பெருமையோ குற்ற உணர்வோ கொள்ள வேண்டிய அவசியம் இல்லை. சரவணன் சொன்னதைப் பார்க்கும்போது, சென்னையில் கடந்த நூறு ஆண்டுகளில் இதுபோன்ற மழையோ வெள்ளமோ வந்ததில்லை. எனவே இதற்காக யாரும் திட்டமிட்டிருக்க முடியாது. அதெல்லாம் சரி, இப்போது வெள்ளத்தில் சிக்கித் தவிக்கும் மக்கள் தப்பிக்க என்ன வழி? அரசின் மீட்புப் பணிகள் ஏன் இன்னமும் முழு வீச்சில் இயங்கவில்லை? எந்த மழையிலும் மூழ்காத அரங்கநாதன் சுரங்கப்பாதையில் தேங்கியிருக்கும் தண்ணீரை வெளியேற்றி அதில் சிக்கியிருக்கும் வாகனங்களை எப்போது மீட்பார்கள்?

வாகனங்களில் யாரேனும் சிக்கியிருந்தால் அவர்களின் நிலை என்ன? பாஸ்கரன் வசிக்கும் மேற்கு சைதை வெறும் மழைக்கே தத்தளிக்கும். அடையாற்றின் கரையில் இருக்கும் அவர்கள் என்ன ஆனார்கள்?

"அப்பா..."

கண்களைத் திறந்தேன். விக்ரமன் நின்றிருந்தான். "தூங்கிட்டியா?" என்றான். குழந்தையாக இருக்கும்போது நான் தூங்கிக்கொண்டிருக்கையில் என்னை அழைத்தும் எழுந்திருக்காவிட்டால் தன் கையால் என் கண்ணைத் திறந்து பார்ப்பது அவன் வழக்கம். அது நினைவுக்கு வந்ததும் என் முகத்தில் புன்னகை மலர்ந்தது. என் புன்னகையைக் கண்டதும் விக்ரமன் ஆசுவாசமடைந்தான்.

"ஒனக்கு ஜாலிதானேடா, ஸ்கூலுக்கு ஒரு வாரம் லீவு" என்றேன். நேற்றிரவு சிரித்ததைப் போல இப்போது அவன் சிரிக்கவில்லை. கீழே வேலை எப்படிப் போகிறதென்று விசாரித்தேன். "நெறய தண்ணி இருக்குப்பா. மோட்டார், ஜெனரேட்டர், ஜிம் எல்லாம் தண்ணிப்பா" என்றான். தெருவில் எட்டிப் பார்த்தாயா என்று கேட்டேன். ஆமாம் என்று அவன் தலையாட்டியபோது அவன் முகம் கலவரமானது. "எதிர்ல இருக்கற டீக்கடைல பாதி தண்ணில முழுகியிருக்குப்பா. ரோட்ல செஸ்ட்வரைக்கும் தண்ணி போகுது. அதுல சில பேர் நடந்து போறாங்கப்பா. பாக்கறதுக்கே பயமா இருக்கு" என்றான். நான் தலையாட்டினேன்.

சிறிது நேரம் கழித்து, "அப்பா, டூ பாத்ரூம் போகணும். ஸ்ப்ரிங்லர்ல தண்ணி வரல" என்றான். பிறந்ததிலிருந்து கழிவறையில் நீர் பாய்ச்சும் கருவியையே பயன்படுத்தியவனுக்கு இப்போது என்ன செய்வதென்று தெரியவில்லை.

"பக்கெட்ல தண்ணி இருக்குல்ல! மக்குல தண்ணி மொண்டு அலம்பிக்கோ. இந்த ஸ்ப்ரிங்லர் எல்லாம் இப்பதானே வந்தது? நாங்கல்லாம் சின்ன வயசுல இதையெல்லாம் பாத்ததே இல்ல" என்றேன். அவன் முகம் வாடியது.

"உனக்காவது வீடு, பாத்ரூம் இருக்கு, அதுல கொஞ்சம் தண்ணியும் இருக்கு, சாப்பிட ஏதோ இருக்கு. இதெல்லாம் இல்லாம லட்சக்கணக்கான மக்கள் கஷ்டப்படறாங்கடா. போ, இதெல்லாம் கத்துக்கோ" என்றேன்.

எதுவும் பேசாமல் அகன்றான்.

○

மறுநாள் மழை குறைந்திருந்தது. மொட்டை மாடியிலிருந்து பார்த்தபோது சாலையில் தண்ணீரின் மட்டம் குறைந்திருந்தது தெரிந்தது. பாஸ்கரன் கையில் இட்டிலிப் பொட்டலங்களோடு வந்தார். தன் பகுதியில் மக்கள் படும் கஷ்டங்களைக் கதைகதையாகச் சொன்னார். தன்னுடைய குடும்பம் சிறிய அடுப்புடன் மொட்டை மாடிக்குக் குடியேறிவிட்டதாகச் சொன்னார். இந்தச் சிரமத்திற்கிடையில் இட்டிலி கொண்டுவந்ததற்காக அவரைக் கடிந்துகொண்டேன்.

அன்றும் அதற்கு மறுநாளும் அப்படியே கழிந்தன. மைத்ரி அம்மாவுக்குச் சில உதவிகளைச் செய்வது, கீழே போய் ஏதாவது வேலைகளில் ஈடுபடுவது, மற்ற நேரங்களில் கதைப்புத்தகம் படிப்பது என்றிருந்தாள். பவித்ரா வேலை முடிந்ததும் தூங்கி விடுவாள். விக்ரமனின் நிலைதான் பாவமாக இருந்தது. ஆறாம் வகுப்புப் படிக்கும் அவனுக்குக் கதைப் புத்தகம் படிக்கும் வழக்கம் இன்னும் வரவில்லை. வழக்கமாகக் கைப்பேசிகளிலும் கணினியிலும் ஆடும் விளையாட்டுக்களை ஆட முடியவில்லை. தொலைக்காட்சி பார்க்க முடியவில்லை. கீழே போய் விளையாட முடியவில்லை. இருப்புக் கொள்ளாமல் அலைவதும் சோர்ந்துபோய் வெறுமனே உட்கார்ந்திருப்பதுமாய் இருந்தான். அடிக்கடி வெளியே எட்டிப் பார்த்துக்கொண்டே இருந்தான். மழையின் தீவிரம் குறையாததைக் காணக்காண அவன் முகத்தில் கவலையும் இறுக்கமும் கூடிக்கொண்டேவந்தன.

அடுத்த நாள் மழை நின்றிருந்தது. எப்படியாவது அலுவலகம் போய்விட வேண்டுமென்று முடிவு செய்தேன். இனி மழை வர வாய்ப்பில்லை. வடியாத வெள்ளம் மட்டும்தான் பிரச்சினை. சில வழித்தடங்களில் பேருந்தும் ஆட்டோ முதலிய வாகனங்களும் ஓடுகின்றன.

மனைவியும் குழந்தைகளும் தடுத்தும் கேளாமல் துணிந்து கிளம்பிவிட்டேன். விக்ரமன் முகம் பீதிக்குள்ளாகியிருந்ததைக் கண்டு, “தண்ணி கொஞ்சம் வடிஞ்சிருக்குடா, கவலப்படாதே” என்றேன். இந்தச் சமயத்தில் வீட்டுக்குள் உட்கார்ந்திருக்க முடியவில்லை. சாலையில் தண்ணீர் மட்டம் குறைந்திருந்தது. அரங்கநாதன் சுரங்கப்பாதையில் அரசு ஊழியர்கள் சிலரும் பொதுமக்கள் பலரும் வேலை செய்துகொண்டிருந்தார்கள். அப்போது பெரிய டாடா சஃபாரி கார் ஒன்று என் பக்கத்தில் கிளம்பத் தயாராக இருந்தது. எங்கே போகிறீர்கள் என்று ஓட்டுநரைக் கேட்டேன். உங்களுக்கு எங்கே போகணும் என்று அவர் கேட்டார். மவுண்ட் ரோடில் எங்கேயாவது விட்டுவிட முடியுமா என்றேன். ஏறிக்கொள்ளுங்கள் என்றார். எல்.ஐ.சி. அருகே அவருக்கு நன்றி சொல்லி இறங்கிக்கொண்டேன்.

பிரதான சாலைகளில் தண்ணீர் ஓரளவு வடிந்திருந்தது. சில பேருந்துகள் மட்டும் இயங்கின. ஒரு சில ஆட்டோக்களையும் பார்க்க முடிந்தது. அண்ணா சாலை போன்ற சில தெருக்களில் தண்ணீர் வடிந்திருந்தாலும் பெரும்பாலான தெருக்களில் வடியாததால் போக்குவரத்து இன்னும் இயல்பு நிலைக்கு வரவில்லை. பல வாகனங்கள் நீரில் மூழ்கியிருந்ததால் அவற்றைச் செப்பனிட்ட பிறகுதான் எடுக்க முடியுமென்று என்னை அழைத்து வந்த ஓட்டுநர் கூறியது நினைவுக்கு வந்தது. பல இடங்களில் இன்னும் மின் தொடர்பு வரவில்லை என்றும் சொன்னார்.

எல்.ஐ.சி.க்குப் பக்கத்துச் சந்தில் கணுக்கால் அளவு நீரில் நடந்து சென்று அலுவலகத்தை அடைந்தேன். தண்ணீர் வடிந்திருந்தாலும் வெள்ளத்தின் தாக்கம் அழுத்தமாகத் தெரிந்தது. முதல் மாடிக்குச் சென்று முதல் வேலையாகக் கைப்பேசியை சார்ஜில் போட்டேன். நல்லவேளை, இங்கே மின்சாரம் இருந்தது. பிறகு மேலதிகாரியைச் சென்று பார்த்தேன். இருவரும் அவரவர் பகுதிகளின் மழைக் கதைகளைப் பகிர்ந்து கொண்டோம். 25 பேர் வேலை செய்யும் அலுவலகத்தில் ஏழு பேர்தான் வந்திருந்தோம். கணினியை இயக்கி மின்னஞ்சல் களைப் பார்க்கத் தொடங்கினேன். பிறகு இணையத்தில் மழைச் செய்திகளைப் படித்தேன்.

படித்த செய்திகளும் பார்த்த காட்சிகளும் என் மன அழுத்தத்தை அதிகரிக்கச் செய்தன. மதியத்திற்குப் பின் சரவணனை அழைத்தேன். வெளியில் இருப்பதாகவும் பிறகு கூப்பிடுவதாகவும் சொன்னான். கவனமாக இரு என்றேன்.

மாலையில் அழைத்தான். செம்பரம்பாக்கம் அவலக் கதையை விவரித்தான். அரசு முடிவெடுக்கத் தாமதமானதால் தான் இவ்வளவு பிரச்சினை என்று சொல்லி நிலவரத்தை விவரித்தான். பல்வேறு இடங்களிலும் மக்கள் படும் கஷ்டங் களைச் சொல்லிப் பொங்கினான். அதிகாரிகள்மீதும் அரசியல் வாதிகள்மீதும் கடும் கோபத்தில் இருந்தான். செம்பரம்பாக்கம் சொதப்பல்தான் வெள்ளத்திற்குக் காரணமா என்று கேட்டேன்.

"அடிச்ச மழைக்கு வெள்ளம் எப்படியும் வந்திருக்கும். ஏரிய திறக்கறதுக்கு முன்னாலயே பல இடங்கள் முழுகிடுச்சி. ஆனா செம்பரம்பாக்கம்தான் சாதாரண அழிவ பேரழிவா மாத்திச்சி" என்றான்.

"மழை அதிகமாக பெஞ்சாலும் இத்தனை இடங்கள் ஏன் மூழ்கணும்?" என்றேன்.

“தண்ணி தேங்க வேண்டிய எடத்துலல்லாம் வீடு, பில்டிங், பஸ் ஸ்டாண்ட், ஆஃபீஸ், மார்க்கெட், ஏர்போர்ட்னு கட்டி வெச்சா தண்ணி பெறகு எங்க போவும்? வீட்டுக்குள்ளயும் பில்டிங்குக்குள்ளயும்தான் வரும்” என்றான்.

“இதுக்கு நீ யார் மேல பழி போடுவ?”

“எல்லாரும்தான் இதுக்குக் காரணம். வகைதொகை இல்லாமல் சிட்டிய கட்டி எழுப்பியாச்சு. பைத்தியம் புடிச்சா மாதிரி கண்ட எடத்துலயும் பில்டிங் பில்டிங்கா எழுப்பியாச்சு. அதுக்கான விலைதான் இது. உலகத்துல மக்கள் நெருக்கடி உள்ள சிட்டி எவ்வளவோ இருக்கு. ஆனா வாட்டர் பாடீஸ் பத்திக் கவலையேபடாத அறிவுகெட்ட சிட்டி அனேகமா சென்னை மட்டும்தான். இப்ப ஏழை, பணக்காரன், முதலாளி, தொழிலாளி எல்லாரும் பொலம்பறான். இவ்வளோ மழ பெஞ்சா நாங்க என்ன பண்றதுன்னு ஆளுங்கட்சிக்காரங்களும் அதிகாரிகளும் கேட்கறாங்க சிட்டி உருவான விதத்துலயே கோளாறு இருக்கு. இந்தப் பாவத்துல எல்லாருக்கும் பங்கு இருக்கு. ஆனா யாருக்கும் குற்ற உணர்ச்சியே இல்ல...”

சரவணன் பேசிக்கொண்டே போனான். அலுவலகத்தில் அவனை யாரோ அழைத்தபோதுதான் “அப்புறம் கூப்பட்றேன்” என்று பேச்சைத் துண்டித்தான். அவன் சொன்ன விஷயங்களை யோசித்தபடி வேலையைக் கவனித்தேன். வேலையில் மனம் செல்லவில்லை. மீனம்பாக்கம், பள்ளிக்கரணை, நுங்கம்பாக்கம், கோடம்பாக்கம் என்று முன்பு நீர்நிலைகள், சதுப்பு நிலங்களாக இருந்த இடங்களெல்லாம் இன்று என்னவாக ஆகியிருக்கின்றன என்று நினைத்துப்பார்த்தேன். சென்னையில் இனி வாழ்விடங்களுக்கும் நீர் நிலைகளுக்குமிடையே உரிய சமன்பாட்டை எட்ட முடியுமென்று தோன்றவில்லை. இன்னொரு முறை இதேபோல மழை பெய்தால் மீண்டும் இதே கதிதான் என்பதில் சந்தேகமில்லை எனத் தோன்றியபோது உடல் மெல்ல நடுங்கியது.

பேருந்து, ஆட்டோ, நடை என்று வீடு வந்து சேர்ந்தேன். மின்தூக்கி இன்னும் வேலை செய்யவில்லை. சாப்பிடும்போது பவித்ராவிடமும் குழந்தைகளிடமும் சரவணன் சொன்ன செய்திகளைப் பகிர்ந்துகொண்டேன். எல்லாவற்றையும் கேட்ட பவித்ரா, “நம்மளே நமக்கு குழி வெட்டிக்கறோம். இது எங்க போய் முடியப் போகுதோ” என்றாள். இன்னமும் பலர் வெள்ளத்தில் சிக்கியிருப்பதையும் பல குடும்பங்கள் மொட்டை மாடிகளில் தங்கியிருப்பதையும் சொன்னேன். மைத்ரியும் விக்ரமனும் கண்

கொட்டாமல் என்னைக் கவனித்துக்கொண்டிருந்தார்கள். விக்ரமனின் முகம் மேலும் இருண்டிருந்தது.

சாப்பிட்டுவிட்டு என்னுடைய அறைக்கு வந்து மெழுகு வர்த்தி ஏற்றி வைத்துவிட்டுச் சன்னலருகே அமர்ந்தேன். அரங்கநாதன் சுரங்கப்பாதையில் தண்ணீர் கொஞ்சம் வடிந்திருந்தது. தூரத்தில் போத்தீஸ் கட்டிடத்தின் விளக்கும் இன்னும் சில விளக்குகளும் எரிந்துகொண்டிருந்தன. அறைக்குள் யாரோ வரும் ஓசை கேட்டதால், திரும்பினேன். விக்ரமன் வாசலிலேயே நின்றான். "என்னடா" என்றேன். மெதுவாக என் அருகே வந்தான். அவன் நடையும் உடல் மொழியும் இயல்பாக இல்லை. "என்னடா" என்றேன் மீண்டும்.

"அப்பா..." என்றான். குரல் சற்றே கம்மியிருந்தது.

"என்னடா ஆச்சு?" என்றேன் அவன் கையைப் பிடித்தபடி. அவன் கை இறுக்கமாக இருந்தது. மூன்று நாட்கள் மின்சாரம் இல்லாமல், சரியாகச் சாப்பிடாமல், தொலைக்காட்சி பார்க்காமல், விளையாடாமல் இருப்பதால் மனச்சோர்வுக்கு ஆளாகி விட்டானோ என்று தோன்றியது. அவன் தோள்களைப் பற்றிய படி, "சொல்லுடா கண்ணா. என்ன ஆச்சு?" என்றேன். அவன் உடலும் இறுக்கமாக இருந்தது, என் கவலையைக் கூட்டியது.

"ஸாரிப்பா..." என்றான். அவன் கண்கள் பனித்திருந்தன.

"என்னடா ஆச்சு? எதுக்குடா ஸாரி?" என்றேன்.

"என்னாலதாம்பா எல்லாம். எல்லாரும் இப்படி கஷ்டப் படறதுக்கே நாந்தாம்மா ரீஸன்..." என்றான்.

எனக்குப் புரியவில்லை. "என்னடா சொல்ற? உனக்கும் இதுக்கும் என்னடா கனெக்ஷன்?" என்று கேட்டேன்.

"நாந்தாம்பா ஸ்கூலுக்கு லீவு வேணும், நல்லா மழை பெய்யணும்னு காட் கிட்ட ப்ரே பண்ணினேன். என்னாலதாம்பா இப்படி ஆச்சு. ஸாரிப்பா. நான் காட் கிட்ட மன்னிப்பு கேட்டுக் கறேம்பா..." என்றான். அவன் கண்களில் கண்ணீர் வழிந்தது.

நான் அவனை என் மார்போடு அணைத்துக்கொண்டேன்.

ஆனந்த விகடன், டிசம்பர் 2023